I0822174

እንሆኝ

የጌታዬ ባርያ!

ቤተልሔም ጌታቸው ነጋሽ

Beaver's Pond Press, Inc.

ISBN-13: 978-1-59298-124-3
ISBN-10: 1-59298-124-0

Library of Congress Catalog Number: 2005933124

Printed in the United States of America

First Printing: September 2005

09 08 07 06 05 5 4 3 2 1

7104 Ohms Lane, Suite 216
Edina, MN 55439
(952) 829-8818
www.BeaversPondPress.com

To order, visit www.BookHouseFulfillment.com
or call 1-800-901-3480. Reseller discounts available.

All proceeds go to Project Nehemiah, Inc. www.nehemiahinc.org

መግቢያ

የእግዚአብሔር ቅዱሳን ሆይ፤ በሰሊሆም መጠመቅያ ውስጥ[1] የሞላው ነገር ለማንም ለሚያየው ሁሉ ውሃ መሆኑ ግልጽ ነው። በአጠገቡ የሚያልፉትም በፊታቸው የተንጣለለው ገንዳ መጠመቅያ መሆኑን ለመረዳት የሚቸግራቸው አይመስለኝም። ነገር ግን መድኃኒትነቱ የሚከሰተው የእግዚአብሔር መልአክ ውሃውን በሚያናውጥበት ጊዜ ብቻ ነበር። የእግዚአብሔር ቃልም ነገር እንደዚህ ነው። የእግዚአብሔርን ልብ የሚያውቀው ከእርሱ ጋር ጊዜ ያሳለፈ፣ ጊዜ ሰጥቶት እንዲናገር የፈቀደለት፣ እና የሚሰማው ብቻ ነው። በፊደላት መካከል የተሰወረውን የእግዚአብሔርን ሃሳብ መበርኸን (ሰማያዊ ባውዛውን አብርቶበት መንፈሳችን እንዲረዳው ማድረግ) ደግሞ የመንፈስ ቅዱስ ሙያው ነው። እንደዚህ ለመን ፈሳችን ካልበራልን በቀር፤ ልክ የሰሊሆም ውሃ ሲያዩት ተራ ውሃ እንደሚመስል፤ ቃሉም ፊደል ብቻ ነው!

በዚች መጽሐፍ ውስጥ ያሉት ንባቦች በጸሎት ሥፍራ ያገኘኋቸው የግል የጥሞና ጊዜ ጽሑፎቼ ናቸው። ታሪክ አልጻፍኩም። ነገር ግን የእግዚአብሔር ቃል በመንፈስ ቅዱስ አማካኝነት በሚበራልኝ ጊዜ የጻፍኋቸው ናቸው። ገና ከልጅነት በጸሎት ስፍራ ሳለሁ ከጌታ የማገኘውን ቃል እና ጸሎቴን በግል የጸሎት መጽሐፌ መጻፍ ጌታ አስለምዶኝ ለራሴ በየጊዜው እየተመለስኩ ሳነባቸው እስከ ዛሬም አዲስ ነገር ያስተምሩኛል። ያንጹኛል። ያጽናኑኛል። እንዲያውም ከጌታ የተሰጡኝ መሆናቸውን በበለጠ የምረዳው ተመልሼ ባነበብኳቸው ቁጥር ዘወትር አዲስ ሆነው ሳገኛቸው ነው።

ታድያ ይህንን ባለጸጋ የሆነውን የእግዚአብሔርን ቃልና መገለጦች ለእኔ ለግሌ ብቻ እንዳልተቀበልኳቸውና ምናልባትም ለወገኖቼም ማካፈል እንዳለብኝ አሰብኩ። ስለዚህም የመጀመርያው የአንድ ወር የጥሞና ጊዜ ጽሁፍ እነሆ፤ አንብቡና ተባረኩበት። እንደእግዚአብሔር ፈቃድ ወደፊት ብኖር፣ ለአንድ ዓመት የሚሆን የጽሞና ጊዜ ንባብ አዘጋጃለሁ።

ርእሱ እንደሚል «እነሆኝ!» በሉትና ለእግዚአብሔር በመስጠት በጸሎት ሥፍራችሁ አንብቡት። ጌታም እየጨመረ ያብራላችሁ።

ቤተልሔም ጌታቸው ነጋሽ

[1]የዮሐንስ ወንጌል ምዕራፍ 5፤1-15

ቁም - ለምን በግምባርህ ተደፍተሃል?

… ጌታ ሆይ እስራኤል በጠላቶቻቸው ፊት ከሸሹ ምን እላለሁ? … ለታላቁ ስምህ የምታደርገው ምንድን ነው? … በመካከላችሁ እርም አለና በጠላቶቻችሁ ፊት መቆም አትችሉም። ለምን በግምባርህ ተደፍተሃል? … ቁም እስራኤል በድሏል!
ኢያሱ 7፤9-10

ኢያሱ እግዚአብሔርን «ካሁን በኋላ ምን እላለሁ?» ይለዋል፤ እስራኤል እኮ ተዋረደ። እንዴት ዝም ትላለህ? ነው ነገሩ፤ ተሸነፍን እኮ! እግዚአብሔርም ሲመልስ፣ «ለምን ጉዳዩ ባልሆነበት ቦታ ሆነህ ትመለከታለህ? እስራኤል ተዋረደ እርግጥ ነው። ነገር ግን እኔ ዝም ስላልሁ አይደለም። እስራኤል በስውር የፈጸመው በደል ስላለ ነው። ነገሩ እኔ ዘን ድ ሳይሆን ያለው እናንተው ዘንድ ነው። ስለዚህ የበደሉ ምክንያት ሥረ-መሠረቱ ላይ እስከምትደርሱ ድረስ ምስጢሩ አይፈታም።» ነው የሚለው።

1. የተሰወረ ኃጥያት እንደ ቀዳዳ ነው - ኃይልን ቀስ በቀስ እየሰረቀ የሚያንጠባጥብ። ስለዚህ ሰው በሙሉ ኃይሉ ሊሮጥ፣ ሊወነዝር ሲፈልግ በድብቅ ኃይልን የሚሠርቅ የሚሻማ ነገር ስላለ ፍላጎቱ ቢኖርም ድል ግን የለም።
2. ድል የአንድ ቀን ክስተት ሳይሆን የኑሮ ዘይቤ ነው። «እንደው ጉድ መሆኔ ነው፤ የዛሬን አውጣኝ እንጂ ጌታ ሆይ፤ ዛሬ ላሸንፍ እንጂ…» እየተባለ የሚኖር ኑሮ የድል ኑሮ አይደለም፤ መንፈሳዊ ስንኩልነት እንጂ። የድል ኑሮ ደግሞ የዘወትር የቅድስና ኑሮ ውጤት ነው።

3. በፊታችን ያለው መሰናክል እያዳለጠ የሚጥለን ከሆነ ወደላይ እያየን ከመጮህና ከማማረር፤ ለራስም በማዘን ጊዜን ከማሳለፍ ይልቅ ወደ ሕይወታችን እንመልከት፣ ምናልባት የማይረባንን ወደ ውስጣችን አስገብተን ፣ በልተን በልተን፣ ሰብተን ከብዶናልና እራሳችንን እንመርምር። ምንም ትንሽ ብትመስለን ያቺን ሃጥያት ከስርዋ ነቅለን አቃጥለን ሁለተኛ ላን መለስባት እናስወግዳት።

ድል የሚነሳው እርምን ዘወትር የሚጠየፍ ብቻ ነው።

እነሆኝ ፤

ሽንፈቴ የሚጀምረው ከልቤ ነው። መሸነፌን በውጪ ስመለከተው መደንገጡ ምንም አይረባኝም። ጌታ ሆይ፤ አንተ የናቅኸውን እርሱን ከመናቅ ይልቅ በልቤ ያከበርኩት እለት ያን ጊዜ በእርግጥ ተሸንፌአለሁ። ታድያ ያኔ ወዳንተ ከመጮህ ይልቅ ያበላሸሁትን ወደኋላ ተመልሼ የማስተካክልበትን ማስተዋል ስጠኝ። አሜን።

ማለዳ ማለዳ አዲስ!

አትፍራ አትደንግጥ ፣ ሰልፈኞችን ሁሉ ከአንተ ጋር ውሰድ ፤ ተነስተህም ወደ ጋይ ውጣ ፣ የጋይን ንጉሥ ፣ ሕዝቡንም ፣ ከተማውንም ፣ ምድሩንም በእጅህ ሰጥቼሃለሁ። በኢያሪኮና በንጉሥዋ እንዳደረግህ እንዲሁ በጋይና በንጉሷ ታደርጋለህ። ምርኮዋንና ከብትዋን ግን ለራሳችሁ ትዘርፋላችሁ …።
ኢያሱ 8፤1-2

የእግዚአብሔር መና ከሰማይ መውረድ ካቆመ ሰንብቷል። እስራኤል ግን ዛሬም በየእለቱ ከእግዚአብሔር ፊት መልቀም የነበረበት ነገር ነበረ - ይኸውም የእግዚአብሔር ምሪት ነው። እርሱ ደግሞ በየዕለቱ አዲስ ነው።

ያለፉትን ሁለት ምዕራፎች በጥቅሉ ብንመለከት፤ በምዕራፍ ስድስት ላይ ከእግዚአብሔር በቀጥታ ምሪትን ሳይቀበሉ ኢያሪኮን ማሸነፍ ፈጽሞ በምንም መንገድ የማይሆን ጉዳይ ነበረ። ማነው በከተማ ዙርያ ለሰባት ቀን የሚያስኳትን፣ በሰባተኛውም ቀን የሚያስጮህና ግንብንም የሚንድ፣ ከተማንም የሚያስሸንፍ የጦር ስልት ኖሮት የሚያውቅ? ከእግዚአብሔር በቀር! ታድያ ይህ የሆነላቸው የእግዚአብሔርን ምሪት የመጀመርያውን ክፍል ጠንቅቀው ስለሰሙትና ስለፈጸሙት ነበር።

በምዕራፍ ሰባት ደግሞ የትእዛዙን ሁለተኛ ክፍል በመተላለፋቸው የደረሰባቸውን ሽንፈት ያወራል። አካን እርም የሆነውን፣ አትንካ የተባለውን ወደቤቱ ስላስገባ እስራኤል በጋይ ሰዎች ተሸነፉ።

አሁን ደግሞ በምዕራፍ ስምንት አዲስ ትዕዛዝ ነው እግዚአብሔር የሚሰጠው። የዛሬው የጦር ስልት የተለየ ነው። ጠላታቸው ኃይሉን በአንድ አቅጣጫ ሲያተኩር ከጀርባው ሄደው እንዲመቱት ይመክራቸዋል። አሁን ደግሞ ምርኮና ከብቶቹን ለራሳቸው መዝረፍ ይችላሉ። (በነገራችን ላይ እግዚአብሔር ኢያሱን ስላለፈው ድሉ ብቻ እንጂ ስለቅርብ ጊዜ ሽንፈቱ አላስታወሰውም፤ አቤት ምሕረት!)

በእርግጥም ምሕረቱ፣ ምሪቱም ማለዳ ማለዳ አዲስ ነው። ምስጢሩ ደግሞ ማለዳ ማለዳ ሰምቶ መታዘዙ ላይ ነው።

እነሆኝ ፤

ትናንት ሰምቼህ ከነበረ ዛሬም ጊዜ ወስጄ በፊትህ መሆን አንዳንዴ ይቸግረኛል። ትናንት በሰጠኸኝ ምሪት የዛሬን ጦርነት ላሸንፍ እሞክራለሁ። ስለዚህ ብዙ ጊዜ እከሥራለሁ። አቤቱ ለዛሬ ለኔ ያለህን ምሪት በጉጉት እን ድፈልገው እንድቀበለውም በውስጤ መሻትን አድርግልኝ። አሜን።

ሸሽ ወደ አምላክህ!

እናንተ ግን ተመልሳችሁ በመካከላችሁ ወደቀሩት ወደነዚህ አሕዛብ ብትጠጉ ፣ ከእነርሱም ጋር ብትጋቡ ፣ እናንተም ወደነሱ እነሱም ወደናንተ ብትደራረሱ ፤ አምላካችሁ እግዚአብሔር ከሰጣችሁ ከመልካሚቱ ምድር እስክትጠፉ ድረስ መውደቅያና ወጥመድ ፣ በጎናችሁም መግረፍያ ፣ በአይናችሁም እሾህ ይሆኑባችኋል እንጂ አምላካችሁ እግዚአብሔር ከእንግዲህ ወዲህ እነዚህን አሕዛብ ከፊታችሁ እንዳያሳድዳቸው ፈጽማችሁ እወቁ። ኢያሱ 23፣13

ዛሬም እንደያኔው የትኛውን ጠላት እንዲያጠፋ፤ የትኛውን ደግሞ ሳያጠፋ እንዲተው ያውቃል። ያደርገዋልም። እግዚአብሔር ለእስራኤል ጠላቶቻቸውን ያሳያቸውና ነገር ግን እርሱ ብቻ ማሸነፉን እንዲገነዘቡ አሁንም እርሱው ድብቅ ጦር ያስነሳና፣ ወይም በበረዶ ድንጋይ፣ ወይም በጥቂት ህዝብ ተጠቅሞ ያጠፋላቸዋል። የቀሩትን ግን አጠገባቸው እንደውም እመካከላቸው ይተዋቸውና አትጠጓቸው፣ አትቅረቧቸው፣ አትምሰሏቸው ይላል፤ ነገር ግን እስከዛሬ እን ዳደረጋችሁት ወደ አምላካችሁ ተጠጉ እንጂ ... (ቁ 8)

እግዚአብሔር አንዳንድ ጠላቶቻችንን ጨርሶ አያጠፋልንም። በመካከላችን ይተዋቸውና ብንጠላቸው፣ ቢከብዱን፣ ቢኮሰኩሱን አላማው እኛን ከነሱ ወደ እግዚአብሔር እንድንሸሽ ማድረግ ነው። ወደ እግዚአብሔር እንድንጠጋ፣ እግዚአብሔርን እንድንቀርበው ነው።

ለጎናችን መግረፍያ፣ ለዓይናችን እሾህ ሆነውብን፣ መቆምና መቀመጥ እስከሚቸግረን ድረስ አስጨንቀውን ኑሮአችንን እያበላሹት ከሆነ ክፉኛ ተቀራርበን፤ ተጠጋግተን፤ ተመሳስለናል ማለት ነው። እስቲ አስበው፤ ስሜትህን የሚጎዳ፣ የሚያናድድ ወይም የሚያሳዝንህ ነገር በሕይወትህ ሥፍራ የሰጠኸው ጉዳይ ብቻ ነው።

ስለዚህ መፍትሔው «ጌታ ሆይ፤ አንሳልኝ!» እያሉ መጮህ ሳይሆን ወደ እግዚአብሔር መሸሽ ነው። ቀድሞም መኖርያህ የዘላለም አምላክ ነው፤ ምን ፍለጋ ከቤት ወጣህ?

እነሆኝ ፤

በቤቴ ውስጥ ሆኜ «ምነው ጌታ ሆይ፣ ለምን ዝም አልክ?» የሚያሰኘኝን፤ «አሁንስ ምነው አትፈርድልኝም?» የሚያሰኘኝን ጉዳይ አስባለሁ። ወደ ግራ እና ወደ ቀኝ ሥፍራው ሲጠብ ግን መሸሸ ያለብኝ ወደ ሰማይ አምላክ መሆኑን ተምሬአለሁ። አምላኬ፤ ሰላሜና ደስታዬ በአንተና ከአንተ ብቻ ይሆን ዘንድ ወደ አንተ ሸሸቼ መጥቻለሁ - ኃይል በዚያ አለና! እነሆኝ።

ከመጋረጃው ጀርባ እርሱው ነው!

... ውሃውን የቀዱት አገልጋዮቹ ግን ያውቁ ነበር።
ዮሐንስ 2፣9

እኒህ አገልጋዮች
- ጋኖቹን ያውቋቸዋል፤ የዘወትር ተራ ጋኖች ናቸው።
- ውሃውንም ያውቁታል፤ እነሱ ራሳቸው ናቸውና ጋኖቹን የሞሏቸው። ያው ጣዕም የሌለው፣ ለእንግዳ የማይቀርበውን ተራ ነገር ነው ወደ ጋኖቹ የጨመሩት።
- ከጋኖቹ ቀድተው ለአሳዳሪው የሰጡት ደግሞ ማን እሏቸው መሆኑንም ያውቃሉ።

ተቀብሎ የጠጣው አሳዳሪው ግን ይህ እጅግ መልካምና እጅግ ጣፋጭ የሆነ ነገር ከየት እንደመጣ አላወቀም። እነዚህ አገልጋዮች ለአሳዳሪው ሲቀዱለት ምናልባት ወይን ጠጅ መሆኑን አላወቁም ይሆናል። ግን አንድ ጠንቅቀው የሚያውቁት ነገር ቢኖር ማን ይህንን ድንቅ ነገር እንደሰራ ነው። ምክንያቱም ይህንን ድንቅ ለማወቅ አገልጋዮቹ የመጀመርያ ነበሩ። ቀድሞ በእጃቸው ያለፈውን ያውቃሉና - ተራ ውሃ ነበር።

ጌታ ድንቅ ነገር በእጃችን ሲሰራ፣ በአንደበታችን ሲናገር፣ በጣታችን ሲፅፍ፣ ሌሎችም ሲፈወሱበት ስናይ ይህን ክቡር ነገር ከየት እንዳገኘነው ሊገባን ያስፈልጋል። ቀድሞ የሰጠነው ዕቃ ተራነቱን፣ ጣዕመ-ቢስነቱን ስለምናውቅ፣ ይህ ሕይወት የሚሆንና ነፍስን የሚያስደስት ነገር ከጌታ ከራሱ እንጂ ከሌላ ከእኔም እንዳልሆነ - ከዕቃዋ፣ ውስጤም ከነበረው - «ውሃው» እንዳልሆነ ይገባናልና ሁሉም ካንተ ነው እንበለው!

ተቀብለህ የቋጠርኸው ነገር በውስጥህ ካለ ዛሬ አውጣና ለሚያስፈልገው ሁሉ አድለው። ሰጪውን አስከብርበት እንጂ በእግዚአብሔር ስጦታ ደርሰህ አንገት ደፊ አትሁን።

እነሆኝ ፤

ዛሬ በእኔ ውስጥ የምትሰራው ስራ ካንተ ብቻ እንጂ ከእኔ አለመሆኑን የሚገነዘብ ትሁት ልብ ስጠኝ። ከእኔ መልካም ነገር እንደሌለ፣ ካንተ በቀር በጎነት እንደሌለኝ የምትገነዘብ ነፍስን አድርግልኝ። ከዚያም ካለመቆጠብ፤ ካለይሉኝታ በነጻና በድፍረት ልስጠው። ከማን እንደተቀበልኩት አውቃለሁና። እነሆኝ ጌታ!

በልብህ ምን ታያለህ?

ምድርን እሰልል ዘንድ ከቃዴስ በርኔ የላከኝ ጊዜ የአርባ አመት ሰው ነበርሁ። እኔም በልቤ የነበረውን ቃል መለስሁለት። ከእኔ ጋር የወጡ ወንድሞቼ ግን የሕዝቡን ልብ አቀለጡ። እኔ ግን አምላኬን እግዚአብሔርን ፈጽሜ ተከተልሁ ... እግዚአብሔርም እነዚህን አርባ አምስት አመት በሕይወት አኖረኝ። ... ኢያሱም ባረከው ለዮፎኒም ልጅ ለካሌብ ኬብሮንን ርስት አድርጎ ሰጠው።
ኢያሱ 14፤ 7-13

ካሌብ በልቡ ያየውና የሰማውን መሰከረ፤ አሥሩ መልዕክተኞች ግን በአይናቸውና በአምስቱ ህዋሳት ብቻ የተረዱትን መስክረው የሕዝቡን ልብ አቀለጡ። አሥሩ ሞቱ ካሌብና ኢያሱን ግን በሕይወት አኖራቸው። በልባቸው ያዩትን በአይናቸው እስከሚያዩ ድረስ እግዚአብሔር በሕይወት አቆያቸው።

ለእግዚአብሔር ሰው የመታዘዝ ቅደም ተከተሉ እንዲህ ነው፤ በመጀመርያ በእምነት አይኖች ባገኘው የልብ ምስክርነት ላይ መቆም፣ በኋላም ዘመኑ ሲደርስ በሥጋ አይኖች እግዚአብሔር ያሳያል። እግዚአብሔር ደግሞ በእነዝያ ባላመኑት ተቆጥቷልና ለአንድ ቀን አንድ አመት በምድረ-በዳ እንዲንከራተቱ ሲፈርድባቸው (በድምሩ አርባ አመት መሆኑ ነው) ካሌብና ኢያሱም እነሱ ባላጠፉት ጥፋት አብረው መንከራተት ነበረባቸው። የእግዚአብሔር አሠራር ለአካሉ፣ ለሕብረተሰቡ ስለሆነ፤ ምንም እንኳን እነርሱ ቢታዘዙም እነካሌብ አብረው አርባ አመት ተንከራተቱ።

ዛሬም በሕይወታችን የኛ ባልሆነ ምክንያት፣ ከእኛ ባልሆነ ጥፋት፣ ከእግዚአብሔር ጋር ተስማምተን በመታዘዝ እየኖርን ሳለ አንዳንድ ጊዜ የፀሎታችን መልሱ ሊዘገይ፣ ነገሮች ሊጓተቱ ይችላሉ። ካሌብና ኢያሱ በምድረ-በዳ አርባውን አመት ሲንከራተቱ፣ ጠላቶቻቸው ሲያሸንፏቸው፣ ሲርባቸው፣ ሲደክማቸው፣ ጥያቄ ሳይፈጠርባቸው አይቀርም። «እኛ በልባችን እንዳለ መስክረን ነበር። ታዝዘን ነበር ለእግዚአብሔር መንፈስ። ታድያ ተሳስተናል ማለት ነው። ምድሪቱን አይተናት፣ ተመላልሰንባት፣ እረግጠናት መጥተን ነገር ግን እስካሁን ድረስ እኛም አብረን ከነሱ ጋር እንለፋለን ...» የሚል ስሞታ በቃላት ቢቀር በልባቸው ለአምላካቸው ሳያቀርቡ የቀሩ አይመስለኝም።

ለእኛ በማይገባን ሥርዐትና ቅደም ተከተል እግዚአብሔር የሚሠራበት ጊዜ አለ። ለእኔ ግልጽ ባልሆነ መንገድ እግዚአብሔር የወንድሜን ሕይወት ሲያስተካክል፣ እህቴን ውስጧን ሲሠራት እኔን የሚያስጠብቅበት ጊዜ አለ። ያን ጊዜ የተገለጠው ለእኛ ምስጢሩ ደግሞ ለእግዚአብሔር መሆኑን አስተውለን በትዕግስት መጠበቅ ነው ያለብን። የሚገርመው ታድያ በአርባ አመት ውስጥ የመጀመርያዎቹ ትውልድ ሞተው ሲያልቁ ካሌብ ግን እንዲያውም፤ «ዛሬም ጉልበታም ነኝ፣ ያን ጊዜ እንደነበረ ዛሬም ለመዋጋት፣ ለመውጣት፣ ለመግባት ጉልበቴ ያው ነው» ይላል - ኬብሮንን፤ ከአርባ አመት በፊት በልቡ ያያትን ያቺን ከተማ ዛሬ በፊቱ በዓይኑ እየተመለከተ።

እነሆኝ ፤

በልቤ አይቻለሁና ኬብሮንን እረግጣለሁ - አርባም ሃምሳም አመት ቢዘገይ! በመካከል ግን ጉልበቴ እንዳይዝል መን ፈሴም እንዳይሰበር አንተው ከአንተው መግበኝ። ያን ጊዜ እስከምረግጣት ድረስ ያቺ ቃል የገባህልኝ ከተማ በውስጤ ሕያው ሆና ትኖራለች። አሜን!

ራስን መቻል ነው - የለም!

በሎዶቅያም ላለው ለቤተክርስትያን መልዐክ እንዲህ ብለህ ጻፍ ፤ ... በራድ ወይም ትኩስ እንዳልሆንህ ሥራህን አውቃለሁ። በራድ ወይም ትኩስ ብትሆን መልካም በሆነ ነበር። እንዲሁ ለብ ስላልህ ፣ በራድ ወይም ትኩስ ስላልሆንህ ከአፌ ልተፋህ ነው። ሀብታም ነኝና ባለጸጋ ሆኛለሁ ፤ አንድም ስንኳ አያስፈልገኝም የምትል ስለሆን ህ ፤ ጎስቋላና ምስኪንም ፣ ድሃም ፣ ዕውርም ፣ የተራቆትህም መሆንህን ስለማታውቅ ፤ ባለጸጋ እንድትሆን በእሳት የነጠረውን ወርቅ ፤ ተጎናጽፈህ የራቁትነትህ ኃፍረት እንዳይገለጥ ነጭ ልብስን ፣ እንድታይም አይኖችህን የምትኳለውን ኩል ከእኔ ትገዛ ዘንድ እመክርሃለሁ።
የዮሐንስ ራዕይ 3፣14-18

የሰው ልጅ ፍላጎት ከጥንት ጀምሮ ራስን ለመቻል ነው። እግዚአብሔር ከአፉ የሚተፋን ደግሞ ራሳችንን ስንችል ነው። እንዲህ ነው ነገሩ፤

በሮም ዘመን የሎዶቅያ ከተማ ከፍርግያ ከተሞች ሁሉ ሀብታም ነበረች። ሀብቷም ባንኮችና (ወርቅ) የጨርቃ ጨርቅ ኢንዱስትሪ እንደነበረ ይነገራል። ስለዚህ ሎዶቅያ (በዚያም ያለችው ቤተ-ክርስትያን) «ሁሉ በደጄ፤ ምን አጥቼ» ብላ ስለምታስብ የእግዚአብሔርን እጅ አይታ የምታድር አልነበረችም። ጨርሳም በራድ ያልሆነችበት ምክንያት ምናልባት ቤተ-ክርስትያኒቷ ስለሀብቷ ታመሰግን ይሆን?

ሆኖም እግዚአብሔር ግን አሁን የሚመክራት ነገር ይህንኑ «አለኝ» ብላ የምትታመንበትን ነገር መጥታ ከእርሱ እንድትገዛ ነው። እግዚአብሔር ሲያያት ድሃ፣ ዕውርና፣ የተራቆተች ነችና። አለኝ ብላ ስለምታስብ፤ ጨርቁም የኔ ነው ብላ ስለምትታመን በእግዚአብሔር ላይ መደገፍ ትታለች። በዘመናትም እንደምናየው፤

- እንደ እግዚአብሔር ለመሆን ፍሬዋን እንደበሉት አዳምና ሔዋን
- ለዕለት መናን ሰብስቡ ሲባሉ ለሳምንት የሚሆን እንደለቀሙት እስራኤላውያን
- ጌታ ኢየሱስ ስለሕይወት ውሃ ሲነግራት «ሁለተኛ እንዳልቀዳው ይህን ውሃ ስጠኝ...» እንዳለችው ሳምራዊት ሴት ...

የሰው አስተሳሰብ ምን ጊዜም ቢሆን «ወደ እግዚአብሔር ዛሬ የምቀርበው የሚበቃኝን አጠራቅሜ ለወደፊቱ በሰጪው ላይ እንዳልደገፍ፣ ለነገ ጎጆ እንድወጣ ...» የሚል ነው። ስለዚህ ኢየሱስ «እራስሽን እኔ እንደማይሽ ተመልከተሽ ቶሎ ብለሽ በኔ ላይ ካልተደገፍሽ እስከመጨረሻው ልንቆራረጥ ነው።» ነው የሚላት።

ዛሬ «አለኝ፣ በዝቶልኝማል» ብለን የምናስበው ነገር ምን ይሆን? የቃሉ መገለጥ? የጸሎት ብዛት? የመንፈስ ፍሬዎች? ፍቅር፣ ትእግስት፣ ሃብት፣ ጓደኛ፣ ፅድቅ፣ ... ? ከእርሱ በቀር በጎነት የለንምና፣ የመልካም ነገር ሁሉ ምንጭ እርሱ ነውና፤ ከእግዚአብሔር የተቀበልነው ካልሆነ ፅድቅ የመሰለን ነጭ ልብስ - እራቁትነት፣ ሃብት የመሰለን ብልጥግና - ጉስቁልና፣ መገለጥ የመሰለን እይታ - ዕውርነት ሆኖ ሳናውቀው ከእግዚአብሔር እቅፍ ወጥተን እራሳችንን እንዳናገኘው እንጠንቀቅ።

እስከ ሽምግልና እስከ ሽበት ድረስ እርሱ ነውና የእግዚአብሔር ልጅ መቼም ቢሆን እራሱን ችሎ ከእግዚአብሔር ቤት ጡረታ አይወጣም።

እነሆኝ ፤

ሁሉ ካንተ ነውና፣ ሃብት ከሌላ አልፈልግም። ሁሉ ባንተ ነውና፣ በጥበቤ በዕውቀቴ አልሞክርም። ሁሉ ደግሞ ላንተ ነውና፣ አንዳች ለኔ የማደርገው ነገር አይኖርም። ዘማሪዎቹ እንዳሉ «በእጅህ ሁሉ ያለው ዘላለም ጌታ፤ ካንተ ልወለድ አንተን ልጠጋ!» አሜን።

እጁን አትከልክው!

… **«ባለ መድኃኒት ሆይ እራስህን ፈውስ ፣ በቅፍርናሆም እንዳደረግኸው የሰማነውን ሁሉ በዚህ በገዛ አገርህ ደግሞ አድርግ።» ትሉኛላችሁ ፤ … እውነት እውነት እላችኋለሁ ነብይ በገዛ አገሩ ክቶ አይወደድም። ነገር ግን እላችኋለሁ በኤልያስ ዘመን ሦስት ዓመት ከስድስት ወር ሰማይ ተዘግቶ ሳለ በምድር ሁሉ ብርቱ ራብ በነበረ ጊዜ በእስራኤል ብዙ መበለቶች ነበሩ። ኤልያስም በሲዶና አገር ወዳለች ወደ ሰራፕታ ወደ አንዲት መበለት እንጂ ከእነርሱ ወደ አን ዲቱ አልተላከም። በነብዩ በኤልያስ ዘመንም በእስራኤል ብዙ ለምጻሞች ነበሩ። ከሶርያዊው ከንዕማን በቀር ከእነርሱ አንድ ስንኳ አልነጻም።**
ሉቃስ 4፤ 23-39

ኢየሱስ በዚህ ሥፍራ ላይ የሚናገረው ነገር ከኢሳያስ 61 አንብቦ … የተወደደችውን የጌታን ዓመት እሰብክ ዘንድ ልኮኛል ካለ በኋላ የሕዝቡን ሁኔታ እየተመለከተ የሚናገረው ነው።

ጌታ እንዲህ የሚል ይመስለኛል፤ «ይገባኛል፤ ታድያ የተወደደው የጌታ ዓመት ያ የሰማነው፣ በሌሎች ከተሞች የሰራኸው ተአምር በዚህ የት አለ? እያላችሁኝ ነው። ምክንያቱን እነግራችኋለሁ፤ በልቡ ከእግዚአብሔር አንዳች ወደማይጠብቅ ሰው እግዚአብሔር አይሄድም። እናንተ እኔን ከትንሽነቴ ስለምታውቁኝ ከእኔ ለማግኘት በመጠበቅ አይደለም የምትሰሙኝ። ስለዚህ ምንም ላደርግ አልችልም …»

በምድር ረሃብ በነበረበት ጊዜ ኤልያስ የተላከው በእስራኤል ሳይሆን በሰራፕታ ወደነበረች መበለት ነበረ። እግዚአብሔር በልብዋ ፈቃዱን ሲያስቀምጥ ታዝዛ ነበርና። በኤልሳዕም ዘመን የእስራኤል ለምፃሞች ሳይሆኑ የነጻው የሶርያው ንዕማን ነበር። ምክንያቱም በልቡ በዚህ ሰው ፈውስ እንደሚገኝ ጠብቆ ሄዷልና። እንደውም ንዕማን ከገረድ ወሬ ሰምቶ ነው ጉትት ይዞት ኤልሳዕን ፍለጋ የሄደው። የናዝሬት ሰዎች ግን የዮሴፍ ልጅነቱን፣ በአይናቸው እያዩት ማደጉን ስለሚያውቁ የተናገረውን መቀበል አልቻሉም። እንዲያውም ከምኩራብና ከከተማ አወጡት።

የእግዚአብሔርን ነገር ስትጠባበቁ፣ በምን መልኩ፣ መቼና፣ በምን ሁኔታ እንደሚመጣ ሳይሆን ጥበቃችሁ እግዚአብሔርን እራሱን ብቻ መሆን አለበት። ያኔ ያመጣጡ ሁኔታ መሰናክል ሳይሆንባችሁ ከእግዚአብሔር ጠብቃችኋልና ያንኑ ለመቀበል ዝግጁ ትሆናላችሁ።

መበለቲትዋም ንዕማንም መጀመርያ እንደማንገራገር ብለው ነበር። (ንዕማን እንዲያውም ተቆጥቶ ነበር።) የእግዚአብሔርን ነገር አመጣጡንም ጭምር የሚጠብቁት በራሳቸው አእምሮ ውስጥ ባለው መረዳት ብቻ ስለነበር ይመስለኛል። ነገር ግን የመጣበትን ሰው ወይም አሠራሩንና አደራረጉን ሳይሆን፣ «በውስጤ ያዘልኩት የእግዚአብሔር ነገር አለና እርሱን የሚያረካ ከሆነ በምንም መልኩ ይምጣ እቀበላለሁ፣ አስተናግዳለሁ ...» በሚል መንፈስ ስንሆን በገረድም ይነገር፣ በማይታወቅ ሰው፣ ወይም እያየሁት ከልጅነቴ ጀምሮ በማውቀውና በምንቀው ሰውም ይሁን ብቻ ያን ጊዜ የእግዚአብሔርን ነገር ማየት፣ መቀበልና መፈወስ እንችላለን። ከእግዚአብሔር የሆነ ነገር አርግዘን ከሆነ የእግዚአብሔር የሆነ ነገር ወደኛ ሲመጣ እንደ ኤልሳቤጥ «ፅንሱ» በውስጣችን ይዘላል።

እነሆኝ ፤

አምላኬ፤ አይኔን ክፈትልኝ ስፈልግህ የኖርኩትን አንተን ስትመጣ ማየት እንድችል። እኔ ከምገምትህ ይልቅ እጅግ አብልጠህ የምታደርግ ነህና እነሆኝ ጌታ! በወደድከው መንገድ ወደ እኔ ና፣ እኔም እቀበልሃለሁ። አሜን!

እንዲህ ብለህ ጠይቅ «ማን ነው?»

... በሞት ጥላ መካከል እንኳን ብሄድ አንተ ከእኔ ጋር ነህና ክፉን አልፈራም። በትርህ እና ምርኩዝህ እነርሱ ያጸናኑኛል።
መዝሙረ ዳዊት 23፤4

ይህ በግ የሚለው በሚያስፈራ «በሞት ጥላ» በሄደበት ጊዜ ምንም ክፉን እንዳልፈራ ነው። እረኛው ከእርሱ ጋር ነውና በበትሩና በምርኩዙም ይጽናናል። በሞት ጥላና በክፉ መካከል ልዩነት መኖሩን አስባችሁ ታውቃላችሁ? እኔ ሁለቱም ተመሳሳይ ትርጉም ያላቸው ይመስለኝ ነበር። ለዚህኛው በግ ግን፣ እረኛውን ሲከተል ለኖረው፣ ልዩነቱ በግልጽ ይታየዋል። የሞት ጥላ የመከራ እና የመፈተኛ ሥፍራ ነው። በዚያ ሥፍራ የነገሰው ሞት ሳይሆን ጥላው ነው። የሞት ሽታ ነው ገንኖ የሚሰማው። መፈራት ያለበት ሥፍራ ቢመስልም ይህ ሥፍራ መሸጋገርያ ሥፍራ ብቻ ነው። ከአንዱ ሥፍራ ወደሌላው ማለፍያ ብቻ። በዚያ ሥፍራ ሳልፍ ጥላው ብቻ በእኔ ላይ ያርፋል እንጂ ከእኔ (ከበጉ) ጋር በዚህ ሥፍራ ያለው የእረኛው መገኘት ብቻ ነው።

ነገር ግን ክፉው መራቅ ያለበት ነገር ነው፤ የእግዚአብሔር አለመኖር ነውና። ኢየሱስ እንኳ ከክፉ እንድንድን መጸለይ እንዳለብን ነግሮናል። ክፉ ታግሠው የሚያልፉት ሳይሆን የሚርቁት ነው። ብዙ ጊዜ የሞት ጥላና ክፉን እናምታታለን። ትልቁ ልዩነት፣ በሞት ጥላ መካከል የእረኛው ዘወትር ከበጉ ጋር መገኘት፤ የሞት ጥላ የጊዜው እንጂ የዘላለም አለመሆኑ፤ እና ሥፍራውም ማለፍያ እንጂ መኖርያ አለመሆኑ ሲሆን፤ ክፉው ግን እረኛው የሌለበት ሥፍራ መሆኑ ነው። ስለዚህ የእረኛውን አለመገኘት ፍሩ እንጂ ፍርሃታችሁ ያላችሁበትን ሥፍራ ወይም በዚያ ሥፍራ ምን ያህል እንደቆያችሁ በማሰብ አይሁን። መኖርያህ የዘላለም አምላክ ነውና።

> ይህ ምስጢር የገባው በግ፤ በአምላኩ መገኘት ውስጥ መኖርን የተለማመደው፣ ይህንን እውነት ለሚሰሙት ሁሉ ሲያውጅ በሸለቆው መካከል በሐሴት ምንኛ እንደሚቦርቅ ለማሰብ አያስቸግርም። የአምላኩ መገኘት ትርጉሙ ገብቶታልና ለእርሱ ቁም ነገሩ «እስከ መቼ?» የሚለው ጥያቄ አይደለም። ስለዚህም በሸለቆ ውስጥ በሚያልፍበት ጊዜ ጊዜውን የሚያሳልፈው ከዚያ ስፍራ መውጫ በመፈለግ ሳይሆን ከማን ጋር መሆኑን በመመርመርና በማረጋገጥ በእርሱም በማረፍ ይሆናል። እግዚአብሔር ከእኛ ጋር ከሆነ ማን ይቃወመናል?
>
> እግዚአብሔር የሌለበትን ሥፍራ እርሱን ብቻ እንደሞት ፍሩት!

እነሆኝ ፤

አባቴ ሆይ፤ አንተ ባለህበት ሥፍራ የጊዜና የቦታ ትርጉም ይጠፋና ሁሉም በአንተ ዘላለማዊ መገኘት ይዋጣል። አእምሮዬ በጊዜ ሳይሆን በዘላለም፣ በሥፍራ ሳይሆን በመገኘትህ እንዲተምን እባክህ እርዳኝ። አሜን።

የጌታ ጥያቄዎች

... **አንተ እምነት የጎደለህ ፤ ስለምን ተጠራጠርህ?** **ማቴዎስ** 14፣31
(ለጴጥሮስ፣ በማእበል ላይ ተራምዶ ሊሰጥም ሲል)

... **ልትድን ትወዳለህን?** **ዮሐንስ** 5፣36
(ሠላሣ ስምንት ዓመት ሽባ የነበረን ሰው)

... **የዳሰሰኝ ማነው?** **ሉቃስ** 8፣45
(ሕዝቡ እያጨናነቁት ሲሄድ ሳለ አንዲት ሴት ስትነካው)

... **እነዚህ እንዲበሉ እንጀራ ከየት እንገዛለን?** **ዮሐንስ** 6፣5
(ለደቀ-መዛሙርቱ፣ በምድረ-በዳ በአምስት ሺህ የተራበ ሕዝብ ፊት ቆሞ)

ኢየሱስ ምናልባትም ጴጥሮስን «ጎሽ የኔ ልጅ፣ ሙከራህ ብቻ ይበቃል ... እነዛ አሉ አይደል ከሥፍራቸው ያልተንቀሳቀሱት ...!» እንዲለው እንጠብቅ ይሆናል - በባሕር ላይ ተራምዶ ሊሰጥም ሲንደፋደፍ። ነገር ግን ኢየሱስ ጭራሽ ገሰፀው እንጂ አላሞገሰውም። እንዲያውም የሚገርም ጥያቄ ጠየቀው፤ «...ስለምን ተጠራጠርህ?» ማዕበል ላይ እየተራመደ ስላለ፣ በውሃ ላይ መራመድ ዘወትር የሚያደርገው ነገር ስላልሆነ፣ ሰው ስለሆነ፣... እነዚህ መልሶች ወደ ሃሳባችሁ አይመጡም አንዳንዴ? ጌታ አንዳንዴ «ምን ማለትህ ነው? በግልፅ እያየኸው?» የሚያሰኙ ጥያቄዎች ይጠይቃል። ሁሉም ጥያቄ ግን ትክክለኛ የሆነ መልስ አለው።

ሽባ የሆነ ሰው ህልሙም ቅዠቱም መፈወስ መሆኑ ለማንም ግልጽ ነው። ይህ ሽባ ሰው ዘመኑን በሙሉ እንዲህ እንደነበረ ደግሞ ኢየሱስ ያውቃል። ነገር ግን ኢየሱስ አሁንም ለዚህ ሰው የተለመደ ጥያቄውን ያቀርብለታል፤ «ልትድን ትወዳለህን?»

ሕዝብ እያጨናነቁት ሲሄድ ሳለ ደግሞ «የዳሰሰኝ ማነው?» ምን ማለትህ ነው የዳሰሰኝ ማነው የምትለው? እስካሁን ሲዳስሱህና ሲያጨናንቁህ የነበሩትን አላየሃቸውም ማለት ነው? አሁንም ግን ኢየሱስ የሚጠብቀው መልስ አለ። አሁንም ትክክለኛ ከሆነ ልብ የሚመነጭ ኢየሱስ የሚጠብቀው ትክክለኛ የሆነ መልስ አለ። ደግሞስ አምስት ሺህ የሚመግብ በምድረ-በዳ ከሰማይ ይወርድ እንደሁ እንጂ ሌላ ከየት ይመጣል?

አዎ፣ «መስመጥ የጀመርኩበት ምክንያት አንተን ማየት ስላቆምኩ ነው» ብለን እንድንነግረው ይፈልጋል ጌታ። «እግሮቼ እስከዛሬ መቆም የቻሉት አንተ ተፈጥሮን ስላዘዝክ፣ መሬትን ስለያዝክ ነው።» ብለህ ንገረው ዛሬ ለጌታህ።

«እርግጥ ነው ዘመኔን ሁሉ የማውቀው ኑሮ ሽባነት ብቻ ነው። አንተን ግን አሁን አወቅሁ፤ ስለዚህ ታሪኬን ትለውጣለህ። አዳኝ ከፊቴ ቆመሃልና መዳን እፈልጋለሁ።» በለው ጌታህን። ዛሬ ይህን ካንተ መስማት ይፈልጋል።

ሰዎች ሁሌም ይጋፉታል ሲተላለፉ በዙርያው። ታያለህ ትሰማለህም፣ ስለሱ የሚያወራው ብዙ ነው። የሚያወሩለት ካንተ ይልቅ ብዙ የሚያውቁት ይመስላል። አንተን ግን እጅህን ዘርግተህ ተንጠራርተህ እንድትነካው ይፈልጋል። እንዲሁ ሲገፉትና ሲነኩት ደግሞ ጌታ ልዩነቱን ያውቃል።

እርግጥ ነው በፊትህ ያለውን ምግብ መባረክ ታውቃለህ፤ በፊትህ ያለው ግን ምግብ ሳይሆን ተመጋቢ ብቻ የሆነ ዕለትስ? የሚታይህ ቀዳዳ እንጂ ሙላት ሳይሆንስ? ያኔ ደግሞ «ጌታ ሆይ፤ አንተ ካለደመና ታዘንባለህ!» እንድትለው ይፈልጋል - በምድረ-በዳ ትመግባለህ! የሁሉ ምንጭ አንተ ነህ!»

እነሆኝ ፤

ጌታ ለጥያቄዎቼ ሁሉ መልስ የለህም - አንተ ለጥያቄዬ መልስ ነህ እንጂ። ለሆዴ እንጀራ፤ ለሥጋዬ ፈውስ፤ ለጭንቀቴ መጽናናት፤ ለፍርሃቴ ድል፤ ሕይወቴ ነህ። ለካስ በልቤ የምሰማቸው ጥያቄዎችህ ሁሉ የፀሎት ርዕሶች ናቸው! እነሆኛ ጌታዬ!

ሞኝ ሁለት ጊዜ ይስቃል!

እንግዲህ እንደ ጥበበኞች እንጂ ጥበብ እንደሌላቸው ሳይሆን እንዴት እንድትመላለሱ በጥንቃቄ ተጠበቁ። ቀኖቹ ክፉዎች ናቸውና ዘመኑን ዋጁ። የጌታ ፈቃድ ምን እንደሆነ አስተውሉ እንጂ ሞኞች አትሁኑ። መንፈስ ይሙላባችሁ እንጂ በወይን ጠጅ አትስከሩ .... በመዝሙርና በዝማሬ በመንፈሳዊም ቅኔ እርስ በእርሳችሁ ተነጋገሩ። ለጌታ በልባችሁ ተቀኙና ዘምሩ። ሁልጊዜ ስለሁሉ በጌታችን በኢየሱስ ክርስቶስ ስም አምላካችንን ስለሁሉ አመስግኑ።
ኤፌሶን 5፤ 15-20

ጳውሎስ በዚህ ክፍል ውስጥ ለኤፌሶን ሰዎች የሚያቀርብላቸው ሕብረ-ሃሳብ ነው። እስቲ ክፍሉን ደግማችሁ አንብቡት። በመጀመርያዎቹ ሦስት ቁጥሮች (ከ15-17) ያሰፈራቸውን ትዕዛዞች ሊያሟሉ የሚችሉበትን ቁልፍ መንገዶች በመጨረሻዎቹ ሦስት ቁጥሮች (ከ18-20) ይዘረዝርላቸዋል።

እንዴት እንዲመላለሱ መመርያ ነው ጳውሎስ የሚሰጣቸው። ነገር ግን የእግዚአብሔርን ፈቃድ ማወቅ በቅፅበት የሚከናወን ነገር አይደለም። «ዛሬ የእግዚአብሔርን ፈቃድ ለማወቅ ወሰኛለሁ» ስለተባለ የእግዚአብሔር ፈቃድ አይታወቅም። «ዛሬ በጥበብ እመላለሳለሁ» ስለተባለም ጥበበኛ አይኮንም።

ጥበብ ከላይ የምትወርድ ናት። (ያዕቆብ 3፤17) አጥብቀውም የሚሹዋት፣ የሚፈላልጓት፣ የሚወዳጅዋት ናት። (የምሳሌ መፅሐፍ ይህን በስፋት ይተነትናል።) እንዲህ ጥበብን ያገኘ ያካባቢውን፣ የልቡንና የመንፈሱን ሁኔታ ይረዳል። የእግዚአብሔርም ፈቃድ የሚታወቀው በልብ መታደስና በመለወጥ ነው። (ሮሜ 12፤2)

ጳውሎስ የሚያዝዛቸው አንደኛ፤ እንደ ጥበበኛ ለመመላለስ ተጠንቀቁ፤ ሁለተኛ፤ ዘመኑን ዋጁ፤ ሦስተኛ ደግሞ የእግዚአብሔር ፈቃድ ምን እንደሆነ አስተውሉ እያለ ነው።

ይህንን ማድረግ የሚቻለው ከቁጥር 18-20 ያለውን በመኖር ነው፤

1. መንፈስ ሲሞላብኝ፤ ወይም ጠጅ ሰካራምን እንደሚቆጣጠር የእግዚአብሔር መንፈስ እኔን በየዕለቱ ሲቆጣጠረኝ፤

2. ከሰዎች ጋር ያለኝ ንግግርና ልውውጥ ሁሉ በእግዚአብሔር ቃል፣ በምስጋናና በውዳሴ የተሞላ ሲሆን፤ የሚያንጽ፣ የሚገነባ፣ መንፈስን የሚመግብ ሲሆን
3. በልቤ ዘወትር ለጌታ የሚሆን ዝማሬ ይዤ ስዞር
4. ሁልጊዜ ስለሁሉ ምስጋና በልቤ ሲኖረኝ፤ አመስጋኝ ሰው ስሆን

ታድያ የጌታን ቀን ማለፍ እንዴት ቀላል መሰላችሁ። በመንፈስ የሚመረመር ስለሆነ መንፈሴን አስተኝቼ የምመላለስ ከሆነ በአጠገቡ ማለፌም ሳይታወቀኝ አልፌው ልሄድ እችላለሁ። ሞኝ ደግሞ ሁለት ጊዜ ይስቃል ይሉ የል? በአካባቢው ስለሚሆነውና ስለሚከናወነው ነገር እምብዛም ግድ ያለው ስላልሆነ በፊቱ ላይ እንኳን ያለው ገጽታ አስተውላችሁ እንደሆነ ብዙ ጊዜ ከአካባቢው ጋር አይሄድም። በሰው መካከል ተቀምጦ ሰው ሲስቅ እሱ በዚያ የለምና አይገባውም። ቢሆንም ግን ከሰው ጋር ይስቃል። ቆይቶም (ምናልባት ሌላው ሰው ሳቁን ጨርሶ ወደ ልቅሶ ተሻግሯል) ያ ሞኝ አሁንም ለብቻው ይስቃል - አሁን ግን የቅድሙ ቀልድ ገብቶት ነው። ታድያ ምን ያደርጋል ሞኝ ከዘመኑና ከአካባቢው ጋር ሳይሆን በራሱ አለም ነው የሚኖረው።

እነሆኝ ፤

ጌታ ሆይ፤ ያንተ ልጅ ሆኜ ባንተ መንፈስ ቁጥጥር ስር ካልሆንኩኝ ወይ አስመሳይ ነኝ - ሌላው ስላደረገ የማደርግ፤ ካለዛም ካለጊዜው፣ ካለአግባቡ የማደርግ የተምታታብኝ ሞኝ ሰው ነኝ። ሁለቱም አይበጁኝም። አቤቱ መጠጥ ስካራምን እንዲቆጣጠር መንፈስህ ይቆጣጠረኝ! አሜን።

ያው ነው!

… **ኢየሱስ ክርስቶስ ትናንትና ዛሬም እስከ ለዘለዓለም ያው ነው።**
ዕብራውያን 13፤18

ዳዊት ጎልያድን ሊገጥም ሲወጣ እምነትን ያገኘው ከመውጣቱ በፊት ተንበርክኮ ጸልዮ፣ ጠላቱን አስሮ፣ ገስጾ አልነበረም። ነገር ግን ትናንትና አንበሳና ድብን ሲያሸንፍ ያገኘው እምነት ላይ በመቆም ነበር። እንዲህ ሲያደርግ፣ ያን ጊዜ ያየውን አምላኩን ዛሬም ስለሚያየው ነበር ጎልያድን በጠጠር ብቻ የጣለው።

ካሌብ በዘኍልቁ 13 ላይ «ማሸነፍ እንችላለንና እንውጣ እንውረሰው …» ብሎ ሲናገር ድፍረቱ የመጣው ከነዓንን ሲሰልል በልቡ ከተመለከተው የእግዚአብሔር ራዕይ የተነሳ፣ በዚያም ምክንያት በልቡ የሞላ ቆራጥ የሆነ ብርታት ስለነበረ ነው። «አንቺ ምድር ሳልረግጥሽ አልቀርም!» ካሰኘው ውሳኔ የተነሳ ነበር ከብዙ ዘመን በኋላ ያቺን ያመነላትን ምድር በፊቱ እየተመለከተ «ዛሬም ጉልበታም ነኝ አልደከምኩም …» ለማለት የቻለው። ትናንትም ሆነ ዛሬ በልቡ ወለል ብሎ የሚታየው ነገር አለ። በልቡ ሕያው የሆነ እምነት አለ።

ጳውሎስ በ2ኛ ቆሮንቶስ 4፤7-12 ላይ እንደሚገፋ እንጂ እንደማይጨነቅ፤ እንደሚያመነታ እንጂ ተስፋ እንደማይቆርጥ፤ እንደሚሰደድ እንጂ እንደማይጣል፤ እንደሚወድቅ እንጂ እንደማይጠፋ ይናገራል። ምክንያቱንም ሲያስረዳ «… የኢየሱስ ሕይወት ደግሞ በሥጋችን ይገለጥ ዘንድ…» ይላል። በዘመናት መካከል የሚያቆመው የኢየሱስ ሕይወት መሆኑንም ይናገራል።

በዘመናችን የምናልፍባቸው ሁኔታዎች ይቀያየራሉ። ነገር ግን በሁኔታዎች የሚያሳልፈንና የሚያቆመን፤ የሚያጸናን፤ የሚያሸንፈው በውስጣችን ያለው የኢየሱስ ሕይወት ግን፣ ያስጀመረን እርሱ ግን ለዘላለም ያው

ነው። ለዘላለም የእምነታችን መሠረቱ የልባችን ዓይኖች ሲበሩ የምናየው አምላካችን ነው። እርሱ ትናንትናም ዛሬም እስከ ለዘለዓለም ያው ነውና።

እነሆኝ ፲

በዘመኔ ሁሉ አዲስ ሁኔታ ውስጥ ስገባ አዲስ መፍትሔ ፍለጋ መጀመር ልማዴ ነው። ችግሩ አዲስ ይሁን እንጂ መፍትሔው ግን እራሱን የችግር ሁሉ መልስ አድርጎ የሰጠው ኢየሱስ ነው። ኢየሱስ የችግር መፍትሔ አልሰጠንም - መፍትሔ ሆነልን እንጂ። «እናንተ ደካሞች ሸክማችሁ የከበደ ሸክማችሁን አምጡልኝ እሸከመዋለሁ...» ሳይሆን «ወደእኔ ኑ እኔ ም አሳርፋችኋለሁ...» ነው ያለን። ሁልጊዜ እረፍትና ድል ያለው በልቤ በሞላው በጌታ ማንነት ውስጥ ነው። ዞሬ ዞሬ የምገባው ወደ ጌታ ነው፣ የእንቀቆቅልሼ መልሱም ያለው በዚያ! አሜን።

አትለፈኝ!

የናዝሬቱም ኢየሱስ እንደሆነ በሰማ ጊዜ «የዳዊት ልጅ ሆይ ማረኝ» እያለ ይጮህ ጀመር። ብዙዎችም ዝም እንዲል ገሰፁት። እርሱ ግን «የዳዊት ልጅ ሆይ ማረኝ» እያለ አብዝቶ ጮኸ። ኢየሱስም ቆመና ጥሩት አለ። ... እርሱም እየዘለለ ተነሳና ልብሱን ጥሎ ወደ ኢየሱስ መጣ። ምን ላደርግልህ ትወዳለህ? ... መምህር ሆይ አይ ዘንድ ... ሂድ እምነትህ አድኖሃል አለው። ወዲያውም አየ።
ማርቆስ 10፤46-52

በርጠሜዎስ ምን እንደሚፈልግ ያውቃል - ማየት ነው። ማን እንደሚያስፈልገውም ሰምቷል - ኢየሱስ ነው። ስለዚህ በርጠሜዎስ ወስኗል - ኢየሱስ በዚያ ሲያልፍ ያቺ ሰዓት አታልፈውም። በርጠሜዎስ እርሱ የሚፈልገውን አውቋልና ይቺ ሰዓት አታመልጠውም። የሰው ፊትና ሁኔታቸው፣ መልካቸው ሊታየው ባይችልም፤ ኢየሱስም ብዙ አጃቢ በዙርያው ቢኖርም፤ የሚያስፈልገውን እስከሚያገኝ ድረስ እጅ ላይሰጥ ወንድም በርጠሜዎስ ወስኗል።

ኢየሱስም ሰማ፣ ቆመ፣ ጠየቀም። ጸንቷልና በዘመኑ ሁሉ የፈለገውን አገኘ። ብርሃንም ሆነለት።

የጌታ ባሕርይ ማለፍ ነው። በሰፈር ውስጥ ማለፍ፤ የበረታ ዘርግቶ እንዲነካው፤ ፈቃዱን እንዲገልጥለት፤ ጥያቄውን እን ዲመልስ፤ አይኑን እንዲያበራለት። የበረታ ዘርግቶ፣ ተንጠራርቶ፣ ጮሆ፣ ተሰባብሮም ቢሆን ጌታን ይይዛል። የጸና፣ ቢገድለኝም እንኳን እርሱን እጠብቃለሁ ያለ ቢያከላክሉትም፣ ቢያደፋፍኑበትም የታመነለትን እስኪያገኝ ይተጋል። ልክ የዝናብና የፀሐይ ባሕርይ በኃጥኡና በጻድቁ ላይ መዝነብና ማብራት እንደሆነና፣ የዘር ባሕርይ ደግሞ መሞትና መበስበስ፣ ማደግ እንደሆነ፤ እንዲሁ የጌታም ባሕርይ እያለፈ መፈወስ፣ እያለፈ አይን ማብራት፣ እያለፈ ሙታንን ማስነሳት ነው። የመጣራት፣ የመንጠራራት፣ ዘርግቶ የመንካት ሃላፊነቱ የኛ ነው።

እነሆኝ ፤

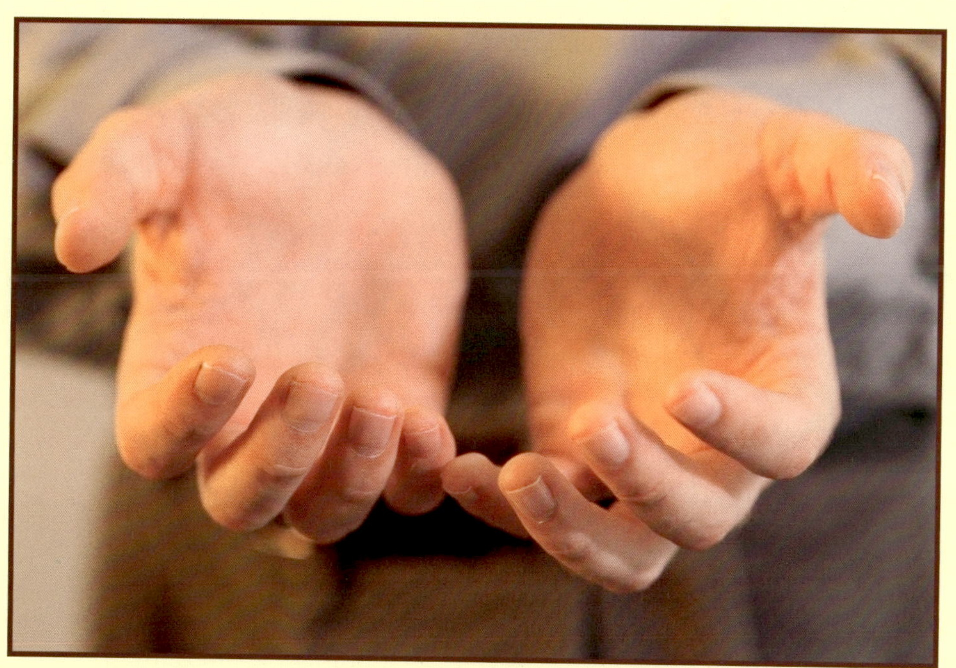

ዘመኔን ሁሉ የምፈልገውን ነገር
በመጀመርያ ጠንቅቄ ልወቀው። ከዛ
በኋላ ግን እስካገኘው፣ እስክጨብጠው
ድረስ ፈጽሞ እጄን አልሰጥም።
ሁልጊዜም ነቅቼ እጠብቃለሁ አንተን።
በርጠሜዎስ ባይጮህ፤ ደም የሚፈሳትም
ሴት ተንጠራርታ አየሱስን ባትነካው፤
እንማርያምም የአልዓዛርን መታመም
ለጌታ ባይልኩበት ኖሮ መድኃኒት
በሠፈር እያለፈ፣ ዕውር ሳይበራ፤
በሽታ ሳይፈወስ፤ የሞተውም ሳይነሳ
ይቀር ነበር። አቤቱ አምላኬ ወዳንተ
እገሠግሣለሁ! አሜን።

እምነትና ማመቻመች አብረው አይሄዱም!

«ሴቲቱ ምናልባት ወደዚህ አገር ከእኔ ጋር ለመምጣት እምቢ ያለች እንደሆነ ልጅህን ወደ ወጣህበት አገር ልመልሰውን?» አለው። አብርሃምም አለው ፤ «ልጄን ወደዚያ እንዳትመልስ ተጠንቀቅ።...»
ዘፍጥረት 24፤5-6

ይሥሐቅ የአብርሃም ብርቅዬ ልጁ ነው - በሽምግልናው ያገኘው፤ ብዙ የተተነበየለትዙ እግዚአብሔርም በእርሱ ብዙ ቃል የገባለት።

ይሥሐቅም እድሜው ወደ አርባ ኣመት ገደማ ሆኖአል። ገና ግን የአብርሃም ዘር እንኳን እንደ ባሕር አሸዋ ሊበዛ፤ እንኳን የሰማይን ኳክብት ሊያህል፤ ይሥሐቅ አንድ ልጅ እንኳን አልወለደም። ሚስትም አላገባም። ታድያ በዚህ ጊዜ አላመቻምችም፤ እግዚአብሔር በተናገረኝ ብቻ እኖራለሁ እንጂ ብሎ ምርጫን ማጥበብ አጉል ግትርነት ነው ወይስ እምነት?

አብርሃም ባለው መሠረት እኮ ይቺ የተባለችው፤ ገና የምትገኘው ሴት ካገሬ አልወጣም ያለች እንደሆነ የይሥሐቅ የማግባት እድል ተበላሸ፣ አንድ አመለጠው ማለት ነው። ምናለ ይሥሐቅና የሚያገባት ልጅ ተጋብተው፣ በዑር ምድር ከዘመዶቿ ጋር ሳትርቅ ትንሽ ኖረው፣ ከዚያ ትንሽ ሲላመዱ፣ እሺ እንድትለው ያደርግና፣ ከዚያ በኋላ ወደ ኬብሮን ወደ ይሥሐቅ ምድር አብረው ቢመለሱ...?

ለአብርሃም ግን ይህ አማራጭ አልነበረም። እምነት ለአብርሃም ሥፍራን መለየትና መያዝ፣ መጽናት ነው። እግዚአብሔር ያለው እንዲህ ነው ብሎ ድርቅ ማለት ነው። እምነት እግዚአብሔር በተናገረው ላይ ሙጭጭ ማለት ነው። እንዲህ ያለው እምነት ግትርነት ሊመስል ይችላል። ነገር ግን ማመን ማለት እኮ አቅጣጫን በቆሙበት መሠረት ላይ ማስተካከል ነው። ተስፋ ስለምናደርገው ነገር የሚያስረግጥ የማናየውንም ነገር የሚያስረዳ ነውና።

የኤልኤዘር ጥያቄ እኮ «ምናልባት ያሰብነው፣ ያመንነው፣ የጠበቅነው ባይፈጸም ምን አይነት ተጠባባቂ መፍትሔ አለህ...?» የሚል ነው። ኤልኤዘር የጠየቀው ጥያቄ መልካም አርቆ-አስተዋይ ሠራተኛ መጠየቅ ያለበት ጥያቄ ነው። ሁልጊዜ ለድንገተኛ ችግር የተዘጋጀ አእምሮ ነው። የአብርሃም መልስ ደግሞ እንዲህ ነው፤ እግዚአብሔር በቃሉ ቆሞ ባይገኝ ያ ካንተ ሙያ፣ ካንተ ኃላፊነትና ድርሻ ውጪ ነውና በዚያን ጊዜ እኔ ምን አደርጋለሁ ብለህ አታስብ። አንተ ብቻ ለሰማኸው፣ ለሚገባህ ነገር ታዝዘህ ተገኝ። ለቀረው እርሱ እግዚአብሔር እራሱ ተጠያቂ ይሆናል።

እነሆኝ ፤

እግዚአብሔር ሆይ፤ አንተ ተጠባባቂ ዋስትና አይያዝብህም። በእምነት መጽናት ግን ያስፈራል። መስሎኝ ቢሆንስ? ቀድሞውን ተሳስቼ ቢሆንስ? ...ከሰርሁኝ ማለት አይደል?... ስንቱን ያሰኛል ካለ «ዋስትና» ማመን። አንድ ነገር ግን እለምንሃለሁ - ድምጽህን አጥርቼ ልወቀው። ያን ጊዜ የሙጥኝ ብዬ በቃልህ ላይ እጸናለሁ። አንተ መሆንህን ላረጋግጥ እንጂ አንተን ይዤ ሙጭጭ ነው። ሌላ ተጠባባቂም አላስቀምጥ! አሜን።

ተመልካች አለ!

...ወደ ውሃ አውርዳቸው በዚያም እፈትናቸዋለሁ።
መሳፍንት 7፤4

ለጦርነት ስለመዘጋጃ ቦታ ስናስብ ምናልባት ቶሎ ወደ አእምሮአችን የሚመጣው ከባድ ሥራ ሌትና ቀን የሚሠራበት፣ ኮስታራ መሪ፣ አስቸጋሪ ኑሮ ያለበት የጦርነት ማሰልጠኛ ጣብያ፤ ወይም የጦር ትምህርት ቤት መሄድ ወይም ስለጦር ስልት፣ ስለአተኳኮስና ስለጨበጣ ውጊያ ፈተና መውሰድ ይሆናል። የጌዴዎን ጦር ግን የተፈተነው ሲታገሉ፣ ሲታኮሱ፣ ሲያነጣጥሩ አልነበረም። ነገር ግን ማንም ሰው ዘወትር ሳያስብበት በቀላሉ የሚሠራውን ሥራ ሲሠሩ ነበር። ይኸውም - ውሃ ሲጠጡ።

አሥር ሺህ ሕዝብ በፈቃዳቸው፣ ተዘጋጅተናል ብለው ነው ወደ ጌዴዎን የመጡት። በእግዚአብሔር መሥፈርት ላይ ሲወጣ ግን ሁሉ ተራግፎ፣ ሁሉ ተጣርቶ ከሦስት መቶው በቀር በቂ ሆኖ የተገኘ አልነበረም። ታድያ ዘጠኝ ሺህ ሰባት መቶው ይህንን ፈተና ያላለፉት ስለከበደ ሳይሆን እንዲያውም ስለቀለለ ነበር። ውሃ ሲጠጣ በጸሎት መንፈስ ሆኖ የሚጠጣ ማን ነው? ሲጠማ መጠጣት ነውዬ ደግሞ ውሃ መጠጣት ምን ሥርዓት ያስፈልገዋል? በእግዚአብሔር ፊት ግን ፈተናችን የዕለት ኑሮአችንን ስንኖር ነው።

> «...ለጌታው የሚጠቅም፤ ለበጎ ስራ ሁሉ የተዘጋጀ...» 2 ጢሞትዮስ 2፤21 «...ማደግህ በነገር ሁሉ ይገለጥ ዘንድ ይህንን አስብ ይህንንም አዘውትር።» 1 ጢሞትዮስ 4፤15

ውሃ መጠጣት ከመጠማት ሌላ ምንም መንፈሳዊ ምክንያት አያስፈልገውም። እኒህ ሰዎች ውሃውን የጠጡበት መንገድ ግን ማንነታቸውን ሁሉ፤ በልባቸው ያለውን (የሌለውንም) መዘጋጀት የሚያሳይ ነበር። መንፈሳዊነት የሚለካው ግን በቤተ-ክርስትያን ወይም ከ«ወገኖች» ጋር ስንኖር በምንለማመደው ሳይሆን፤

በዕለት ኑሮአችን፤ በሥራ ቦታ፤ በመንገድ ላይ፤ በገበያ፤ በቤታችን በሚወጣው ማንነታችን ነው። እግዚአብሔር በውስጣችን የዘራው ዘር ፍሬው የሚታየው ስንበላ፣ ስንጠጣ፣ ስንሠራ፣ ስንተኛ፣ ስንነሣ ነው። እንዲያውም እግዚአብሔር በውስጣችን የሠራው ሥራ ፍሬው የሚለካው ማንም ሳያይ በምንኖረው ኑሮ ነው።

ጦርነት በፊትህ መኖሩን እያወቅህ፤ አገልግሎት በፊትህ እያሰብህ፤ ልብህ በራዕይህ ላይ ሳለ፤ አንተ ተዘጋጅተሃልና ለመጀመር ስታስብ፣ እግዚአብሔር ግን «ወደ ውሃ» ቢመራህ፣ ትናንትም ዛሬም ነገም ያው የተለመደ ነገር እያደረግህ ቢመስልህ፣ ከላይ ተመልካች አለና ብዙ አትዘን - ምናልባትም ፈተና ላይ ነህ። ያንን ውሃ ግን ያዝና፤ አግኝተህ እንደማታውቀው፣ መቼም እንደማታገኘው፤ ዛሬ የመጨረሻህ እንደሆነ አድርገህ ጠጣው። ውሃ መጠጣት በሕይወትህ የምታደርገው የመጨረሻው ተግባር እንደሆነ አድርገህ በማስተዋል፣ በማመስገን ጠጣው። ለነገ የምታስበው ሹመት ወይም መድረክ ዛሬ ያለህበትን ሥውር ሥፍራ ሊያስንቅህ አይገባም።

እነሆኝ ፤

አቤቱ ቤቴን ስጠርግ፣ ቡና ስጠጣ፣ አልጋዬን ሳነጥፍ፣ ከአለቃዬ ጋር ስነጋገር፣ ሥራ ፊትቼ ስቀመጥ፣ ቃልህን በግሌ ሳጠና... አንተን እያሰብኩ ላድርገው። የለመድኩትን የዘወትር ተግባር ስፈጽም በፊቴ የተዘጋጀውን ደስታ በማሰብ፤ በመፍራትና በመንቀጥቀጥ ይሁን። አንተ ከሰማይ ትመለከታለህና ሁሉን ስለአንተ ክብር ላድርገው፤ ጌታ ሆይ! አሜን።

አንተ ብቻ አሜን በል!

…ጌዴዎንም በደረሰ ጊዜ አንድ ሰው ሕልምን ለባልንጀራው ሲያጫውት «እነሆ ሕልም አለምሁ። እነሆ አንዲት የገብስ እንጎቻ ወደ ምድያም ሠፈር ተንከባልላ ወረደች። ወደ ድንኳንም ደርሳ እስኪወድቅ ድረስ መታችው። ድንኳኑም ተጋደመ» ይል ነበር።
መሳፍንት 7፤13

እግዚአብሔር ተሸሽጎ ስንዴ በሚወቃበት ሥፍራ መጥቶ ከጠራው ጊዜ ጀምሮ ጌዴዎን እግዚአብሔርን እየሰማ አዲስ በሆነና በማይገባው ነገር ሲታዘዝ ነው የቆየው። አንዳንዴም ቀድሞ ከተናገረው ነገር ፈፅሞ ተቃራኒ የሚመስል ትዕዛዝ ሲያዝዘው እንኳን አሜን ብሎ ያደርገው ነበር።

ብዛታቸው እንደ አንበጣ የሆነ ምድያማውያንና አማሌቃውያንን ለማሸነፍ ፈሪ የሆነውን ጌዴዎንን ከመምረጡም በላይ፣ በዚህ እንኳን እምነት እንዳይሆነው የሰልፈኞቹን ቁጥር ቀስ እያለ እግዚአብሔር አመነመነው። ሰው ማከማቸት፣ ማደራጀት፣ መሰብሰብ በሚፈልግበት ሁኔታ ውስጥ እግዚአብሔር ግን ጌዴዎንን እንዲበትን፣ እንዲቀንስ ይነግረው ነበር። ጌዴዎንም ይታዘዝ ነበር። የሚገርመው ታድያ ይህ በእንዲህ እንዳለ፣ ጌዴዎን ባይገባውም አምኖ በመታዘዝ ላይ ሳለ፤ እግዚአብሔር ደግሞ በጠላት ሠፈር ሕልምን ያሳይ፣ ልብን ያቀልጥ ነበር። ብቻውን ተዐምራትን የሚያደርግ አምላክ አሁንም ብቻውን ድሉን ያዘጋጅ ነበር።

ጌዴዎን የመታዘዙ ውጤት ምን እንደሆነ ገና ሳይገለጥለት በፊት ጠላት ግን የጌዴዎንን ማንነቱን ተረድቶ ነበር። የጌዴዎን ሰይፍ እንደሚበላው ጠላቱ በልቡ እየተረዳ ነበር። አንዳንዴ እግዚአብሔር በሰላም፣ ተሠውረን፣ በምቾት ካለንበት ሥፍራ አውጥቶ ለምን በአደባባይ እንደሚያቆመን አይገባንም። ዞር ዞር ብለን ዙርያችን ባዶ ሆኖ፣ የምንፈልጋቸው ሰዎች ካጠገባችን ሲወሰዱ ስናይ፤ ለድል ሳይሆን ለሽንፈት፤ ለክብር ሳይሆን ለውርደት፤ ለሹመት ሳይሆን ለሽረት እየተዘጋጀን ይመስለናል። በእጃችን ላይ የቀረ አንድ ነገር ቢኖር ግን ከእግዚአብሔር የሰማነው ድምጽ ብቻ ነው። የእግዚአብሔርን ማንነት ፈትና ስላረጋገጠች ደግሞ ነፍሳችን መታዘዝ እንጂ ወደኋላ ማለትን አትፈልግም። ስለዚህ የሰማናትን ያቺን ቃል ብቻ ይዘን ተነስተን ድምጹን በሰማንበት አቅጣጫ እን ወጣለን።

እያንዳንዷ እርምጃ ግን ከአእምሮአችን ጋር ትግል ናት። «ምን እያደረግሁ ነው?... ተይ ሲሉኝ ዘመዶቼን እምቢ ብዬ ወጥቼ አሁን ባዶዬን ቀረሁ...እንዳልመለስ ከእግዚአብሔር መስማቴን በማስረገጥ ስናገር የሰሙኝ ሰዎች ብዙ ናቸው፤ አሁን ስመለስ ምን ይላሉ?...ከእግዚአብሔር መስማቴን ደግሞ እርግጠኛ ነኝ። ለሰው የማሳየው ግን አንዳች ነገር በእጄ የለም።...» እያሉ አእምሮና መንፈሳችን ሲሟገቱ ቀድሞውን ለጦር ያስከተተን አዝማቻችን እግዚአብሔር ግን በዚህ መሃል የጠላታችንን ልብ ማቅለጥ ይዟል፤ የሽንፈት ወሬ፣ የሚያስደነግጥ ዜናን ለጠላታችን እየነገረ ነው።

ለዚያ ለምድያማዊ የጌዴዎንን ማንነት የነገረው እኮ ሰው እንኳን አይደለም። እርዳታ የማያስፈልገው አምላክ እርሱ እራሱ ነው ሊሸነፉ መሆኑን መርዶ በሕልም የነገረው፤ መሸነፉን ለጠላት ያበሰረለት። እኛ ሳንሰማ ገና፤ እኛ ሳይገለጥልን፣ ገና በድንግዝግዝ እያለን ምኑንም ሳናውቀው፣ ጠላታችን ግን ዝናችን ደርሶታል። ሰምቶም ፍርሃት ይዞታል። ገና በዓይናችን ስላላየነው ግን ቃል የገባልን ነገር አልሆነም ማለት አይደለም። እግዚአብሔር ጌዴዎንን ወደጠላት መንደር እንደላከው እኛም ወደዚያ ጎራ ብንል ፈፅሞ ያላወቅነው ሞገስና መፈራታችንን በዚያ እንሰማለን። የኛ ድርሻ «አሜን ጌታ ሆይ» ማለት ነው «እነሆኝ!»

እነሆኝ ፤

ጌታ ሆይ፤ አሁን ለኔ የሚታየኝ የኔ ማነስና የሚያስፈራራኝ ግዙፉ ነገር ነው። ምናልባትም እኮ የሚያስፈራሩኝ በዚህ ሰዓት ስለአንተ በእኔ ውስጥ ማስፈራት እየመከሩ ይሆናል። አቤቱ እምነት እንዲሆንልኝ፤ እባክህ ለጠላቴ የሚታየውን በኔ ላይ ያለውን ያንተን ሞገስ ጨረፍታ አሳየኝ፤ በጆሮዬም አሰማኝ። አንተ በእኔ ውስጥ ሆነህ ስትፈራ ሰምቼ ልፅናና! አሜን።

ሁሉ ካንተ ነው!

... ወጥተውም ወደ ታንኳይቱ ገቡ። በዚያችም ሌሊት ምንም አላጠመዱም። ...ወደ ምድርም በመጡ ጊዜ ፍምና ዓሣ በላዩ ተቀምጦ ፤ እንጀራም አዩ። ኢየሱስም «ኑ ፣ ምሳ ብሉ» አላቸው።
ዮሐንስ 21፤3፣9፣12

ያ ሁሉን ትተው ጴጥሮስና ሌሎቹ የተከተሉት አሁን ሞቷል። ይህ ሰው እስከመጨረሻው ከነርሱ ጋር የሚሆን መስሏቸው ነበር። ስለዚህ አሁን «ሰውን አጥማጆች» የሚሆኑበት ምክንያት ለጊዜው አይታያቸውም። ለዚህም ነው ሁሉም ወደቀድሞው ሥራቸው የተመለሱት። «ተከተሉኝ» እያለ ያ ሰው ከመምጣቱ በፊት፤ ያኔ ተራ ዓሣ አጥማጆች የነበሩ ጊዜ ኑሮ ቀላል ነበረ። ምን እን ደሚያጠምዱ፣ መቼ፤ የት፤ እንዴት ... ለሚለው ጥያቄ ሁሉ መልስ ነበራቸው። ታዝዘው መከተል ከጀመሩ በኋላ ነው ነገር ሁሉ መለወጥ የጀመረው። ከዚያ በኋላማ ምኑ ቅጡ - የሁሉም ነገር ምክንያቱ ይህ ሰው ሆነ። ዘመዶቻቸው ከበሽታ ቢፈወሱ ከዚህ ሰው የተነሣ ነው። አምስት ሺህ አባወራ ከነቤተሰቡ ፍርፋሪ በሚያህል ዳቦና ዓሣ ቢጠግቡና ቢተርፋቸው በዚሁ ሰው ምክንያት ነው፤ የሞተው አልአዛር እንኳን የተነሣው ይኸው ሰው በሥፍራው ስለነበረ ነው።

ከዚያ እንደ አመጣጡ እንዲሁ በድንገት ካጠገባቸው ተወሰደ። የሚይዙት የሚጨብጡት ጠፋባቸው። ሁሉ ባዶ፤ ሁሉም ዝምታ ሆነ። አንድ የሚያውቁት ነገር ቢኖር ድሮ የነበራቸው ቀላል የዓሣ ማጥመድ ሥራ ብቻ ነው። ስለዚህ ወደዚያው ተሰማሩ። ወደ እውነተኛ ዓሣ ማጥመዱ። ነገር ግን እርሱም ቢሆን አሁን እንደቀድሞው አልሆነም። ከዚያ ሰው ጋር መሆን ከጀመሩ በኋላ አመለካከታቸው፤ አያያዝ አሰራራቸው ሁሉ ተለውጧል። ለነሱ ገና አልገባቸውም እንጂ ነገር ሁሉ ተለዋውጧል። ባሕር እንኳን በውስጧ ያሉትን አልሰጥ ብላለች።

ታድያ በዚያ ጊዜ ያ ሰው በባሕሩ ዳር ቆሞ አንዳች የሚበላ እንዳላቸው ይጠይቃቸዋል። ሆኖም በልባቸው የነበረው ጨለማ ከሌሊቱ ጨለማ ሳይብስ አልቀረም፣ ሲያዝኑለት የነበረውን መምህራቸውን ፊት ለፊት እያዩት እንኳን አላወቁትም። በሃዘን ተውጠዋልና የሚያናግራቸው ማንነቱን ለማስተዋል እንኳን አልቻሉም። ልባቸው ባጡት ነገር ላይ፤ በሃዘናቸው ላይ አተኩሯልና ያ ያዘኑለት፣ የሚፈልጉት ሰው መጥቶ አጠገባቸው ሲቆም እንኳን አላስተዋሉትም።

ጌታ የጠራቸውን ጥሪ ትተው እነርሱ ተመልሰው ወደ ዓሣ ማጥመድ የሄዱት ከእንግዲህ ወዲህ ለእኛ ያለነው እኛ ነን፣ ለሚያዋጣን፣ ለሚያበላን እንድከም ብለው ሳይሆን አይቀርም - የሞተን ሰው መከተል ከእንግዲህ ወዲያ

ጊዜን ማጥፋት ነው። ጊዜአቸው ግን የጠፋው፣ ፍሬ ግን ያጡት ጥሪአቸውን ትተው ወደቀድሞ ኖሮአቸው ሲመለሱ ነበር። በማታ፣ በብርድ፣ በሐዘንና በድካም ለፍተውም አንድ እንኳን ያልተገኘበት የኪሣራ ሌሊት።

ሆኖም ቃሉን ግን ሰሙትና መረባቸውን እንዳዘዛቸው በስተቀኝ ጣሉት። በድንገትም ነገሩ ሁሉ ተለዋወጠ! ሳያስቡት ሊሸከሙት ከሚችሉት በላይ ሙላትን አገኙ። መረባቸው ሞልቶ ተረፈ። አንድ ጊዜ አይናቸውን ከፍተው ቢመለከቱ እኮ ለሃዘናቸውና ለሽን ፈታቸው መፍትሔው ፊት በፊታቸው የቆመው ሰው ነበር። እነርሱ ግን አሁንም አልገባቸውም። በዚህም አላበቃም። ሲደክሙለት ባደሩት ነገር ሙላትንና በረከትን ከመስጠቱም በላይ፤ በፊቱ ደግሞ፣ እርሱ ባለበት ሥፍራ ሲደርሱ፣ የተዘጋጀና ጣጣው ያለቀለት ምግብ ቀርቦ ነበረ። ምንም እን ኳን ለድካማቸው ሙላትን ቢያገኙም በእነርሱ ዘንድ የነበረው ዓሣ ገና ብዙ ሥራ የሚጠይቅ ጥሬ ነገር ነው። ለመብላት የሚደርሰው ገና ታጥቦ፣ ተዘጋጅቶ፣ እሳት ነዶ፣ በስሎ ነው። በእርሱ ዘንድ ግን፣ በፊቱ ሲቀርቡ ግን ሁሉ ያለቀለት፣ ለመብላት የተዘጋጀው ምሳ ይጠብቃቸው ነበር።

ጌታ በጠራን ሥፍራ ስንገኝ የዕለት እንጀራችንን የሚሰጠን እርሱ ነው። ሁሉ ከእርሱና በእርሱ ነው።

እነሆኝ ፤

ማየት ቢቻለኝ የዕለት እንጀራዬ ብቻ ሳይሆን ለሕይወት የሚያስፈልገኝ ነገር ሁሉ የሚገኘው አንተ ባለህበት ሥፍራ ነው። ዛሬ የሚያስፈልገኝ ነገር ምንድን ነው? ጌታዬን፤ የነገር ሁሉ ምንጭ የሆንከውን አንተን ብቻ ላግኝህ እንጂ በዚያ አንተ ባለህበት የሃሳቤና የፍላጎቴ ሙላቱ በዝርዝር አለ። ሁሉ ከአንተና በአንተ ነው፤ ለአንተ ከዘለዓለም እስከዘለዓለም ክብር ይሁን! አሜን።

የርብቃ አምላክ!

... ውሃ እጠጣ ዘንድ እንሥራሽን አዘንብዪ የምላት እርሷም «አንተ ጠጣ ግመሎችህንም ደግሞ አጠጣለሁ» የምትለኝ ቆንጆ እርሷ ለባርያህ ለይሥሐቅ ያዘጋጀሃት ትሁን።
ዘፍጥረት 24፤13-14

ኤልኤዘር ጸሎቱን በጀመረ ጊዜ ርብቃ ገና ድሮ ከቤቷ ወጥታ፣ ወደ ውሃው መሄድ ጀምራ፣ መንገድ ላይ ነች። ኤልኤዘር ደግሞ «እንዲህ ስላት እንዲህ የምትለኝ ሴት አንተ የመረጥሃት ትሁን» ብሎ መናገሩን ሳይፈጽም ርብቃ እን ሥራዋን ተሸክማ ትደርሳለች። እንዲህ ቀጥተኛ የሆነ፣ የሚፈልገውን የሚተነትን ጸሎት በኤልኤዘር አንደበት የጨመረው እግዚአብሔር ነው። እግዚአብሔር ርብቃን ማሰልጠን የጀመረው ደግሞ ኤልኤዘር ጸሎቱን ሲጀምር አልነበረም።

ሰውን እንዴት እንደምታገለግል፣ ለጋስ መሆን ምን ማለት እንደሆነ፣ መንገደኛን መቀበል መማር፣ ርብቃ የጀመረችው በዚያች ቀን ወደ ውሃ እየመጣች አልነበረም። ነገር ግን ርብቃን ያሳደጋት፣ ያስተማራትና ያሠለጠናት አምላኳ በሕይወቷ የሠራውን ሥራ ጠንቅቆ ያውቃልና፤ በዚያ ቀን የኤልኤዘርን ልብ ወደዚያ እንዲያይ አዘነበለው። ልቡን በዚህ ሃሳብ እን ዲጸልይ ያዘጋጀው የእግዚአብሔር መንፈስ ነው - ፈላጊና ተፈላጊን ማገናኘት ዓላማው ስለነበር።

እሷ ባደገችበት መልካም አስተዳደግ መሠረት ሁሉን እያደረገች ነው እንጂ ለዚያ ቀን ምንም የተለየ ያደረገችው ነገር የለም።

በአባትዋ ቤትም ማደርያ መገኘቱ በዚያን ቀን በቅጽበት የሆነ ነገር ሳይሆን የርብቃን ወንድምና እናትዋን እንግዳ ተቀባይ ያደረጋቸው አምላክ ቀድሞ ያቀነባበረው ነገር ነው። ለግመሎቹም ገለባና ገፈር በቤታቸው አዘጋጅቶ ያቆየው እርሱ እግዚአብሔር ነው። ኤልኤዘርም ይህን ምስጢር የተረዳ ይመስላል በቁጥር 27 ላይ እንዲህ ብሎ ሲናገር፤ «ቸርነቱንና ምሕረቱን ከጌታዬ ያላራቀ የጌታዬ የአብርሃም አምላክ

እግዚአብሔር ይመስገን። እኔ በመንገድ ሳለሁ እግዚአብሔር ወደ ጌታዬ ወንድሞች ቤት መራኝ።»

አንዳች ከእግዚአብሔር ለማግኘት ጠብቀህ/ሽ (ሚስት ቢሆን ወይም ባል) በጸሎት ያለህ/ሽ አንባቢ ሆይ፣ ልብ በል/ይ። ሰውሮ ወዳዘጋጀው፣ ሸሽጎ ወዳሳደገው፣ ደብቆ ወዳስቀመጠው፣ ፈላጊን የሚመራ እግዚአብሔር እርሱ እራሱ ነው። የሚያስተውል ልብ ያለው ያስተውል።

እነሆኝ ፤

«ሰው ሁሉ አስቀድሞ መልካሙን የወይን ጠጅ ያቀርባል፣ ከሰከሩም በኋላ መናኛውን፤ አንተስ መልካሙን የወይን ጠጅ እስካሁን አቆይተሃል!»
የርብቃን ትዳር ለማግኘት የርብቃን አምላክ ብቻ እያየሁ የርብቃን ኑሮ እኖር ዘንድ አቤቱ ዕለት ዕለት አዘጋጀኝ! አሜን።

ባለ ታሪኩ እርሱ ነው!

…በዘመን ፍፃሜ ይደረግ ዘንድ ያለው ሃሳቡም በሰማይና በምድር ያለውን ሁሉ በክርስቶስ ለመጠቅለል ነው። ኤፌሶን 1፤10

ታሪክ ሁሉ ዞሮ ዞሮ የእርሱ ታሪክ ነው። ምንም በማይመስልበት ጊዜና ስፍራ እንኳን ነገሮች የሚከሰቱት የዓለምን ታሪክ የሚፅፈው እግዚአብሔር ስለሆነ ብቻ ነው።

ነገሩ እንዲህ ነው፤…

ነፍሰ-ጡርዋ ድንግል ማርያም በደከመችበትና ድርስ በነበረችበት ጊዜ በሕዝብ ቆጠራ ላይ ለመመዝገብ ከናዝሬት ወደ ቤተልሔም የሦስት ቀን ጉዞ መሄድ ነበረባት። ታድያ ከዚህ በስተጀርባ ነገሮችን የሚያቀነባብረው ሚክያስ 5፤2 ላይ ያለው «አንቺ ቤተልሔም ኤፍራታ ሆይ…ከአንቺ ግን አወጣጡ ከዘላለም የሆነ በእስራኤል ላይ ገዢ የሚሆን ይወጣልኛል» የሚለው ቃል ነበር። ኢየሱስ በቤተልሔም እንዲወለድ ማርያም በመውለጃዋ ጊዜ በቤተልሔም መገኘት ነበረባት። አርግዛ ወሯ የገባ ሴት የሦስት ቀን መንገድ እንድትጓዝ መሆንዋ ጭካኔ ይመስል ይሆናል። ማርያም የተሸከመችው የእግዚአብሔር ልጅ አይደለም እንዴ? ለምን ይህ ሁሉ ሥቃይ ይደርስባታል? ለዚያውም በምርጫዋ አልነበረም - ተመርጣ እንጂ! ማርያም የሦስት ቀን የሕመምና የድካም መንገድ ከመጓዟም በላይ፣ ይህንን መልዐኩ ከእግዚአብሔርና የእግዚአብሔር ነው ያለውን ልጅ እንኳን የምትወልድበት ሥፍራ አልተገኘላትም።

እግዚአብሔር ለምን ዝም ይላል? ከመቼውም ይልቅ ስንፈልገው ጭራሽ ለምን ይደበቃል? በዝምታው ጊዜ እግዚአብሔር የእርሱን ታሪክ በእኛ ሕይወት እየፃፈ ነው። ነገሩ ስለአንተ ወይም ስለአንቺ አይደለም። ከዘመናት በፊት በመረጠልሽ መንገድ ላይ መሆንሽን እያረጋገጠ ነው። እግዚአብሔር የሚጽፈው ጅማሬና ፍፃሜ ያለው ታሪክ ነው። የታሪክ ትርጉሙ ደግሞ የሚገባው ፍፃሜው ላይ ሲደርሱ ብቻ ነው።

ጥቂት ጊዜ ብንታገሰው ሁሉ ትርጉም ያገኛል። ስለዚህ በርታ፤ ፀሐፊው ፅሑፉን ጨርሶ ብዕሩን እስከሚያስቀምጠው ድረስ ጽና!!

እነሆኝ ፲

ታሪኬ ያንተ ታሪክ ሊሆን የሚችለው ሕይወቴን በፈቃድህ ስትገምደው የታገስሁ እንደሆነ ብቻ ነው። የሚወዱህ ከበጎ ነገር አይጎድሉም። ነገር ግን በጎነቱ ታሪኩ ሲፈጸም የሚገለጥ ነውና ሁሉ በእጅህ መሆኑን ተረድቼ ካንተ ጋር ልራመድ። አሜን።

የሰልፍ የጦር ብዛት ጋጋታ ምኑ ነው?

... በእጃቸው ውሃ በጠጡት በሦስት መቶ ሰዎች አድናችኋለሁ...
መሳፍንት 7፤7

በሕይወታችን ከፊታችን ጦርነት መኖሩን፣ ከዚያም ለድል እንደታጨን ስናውቅ ዛሬና ነገ የምንኖረው ኑሮ ግን የዝግጅት፣ የተጠንቀቀ ኑሮ ካልሆነ ከወዲሁ እጦር ሜዳው ሳይደርሱ መሰናበት አለ። ሕይወት በዙርያችን ፀጥ ያለች ስትሆን፣ የተኩስም ድምፅ አይሰማ፣ ጫጫታም የለ፣ ሰልፍ እንኳን አይታይም... ታድያ በዚህ ጊዜ «ምን አለ አሁን ልረፍ እና ልዝናና፤ ያን ጊዜ ጦርነቱ ውስጥ ስገባ እንደኛዬን ደህና አድርጌ ከተጋሁ ሌላው ምን ያስፈልጋል?» ብለን ዛሬን እንደነገሩ ልናሳልፈው እንፈልጋለን።

ነገር ግን ዛሬ የተዘራው ነውና ለነገ አድጎ ፍሬ የሚሆነው፤ ለነገ መከርን ለማጨድ፤ ፍሬንም ለመብላት እየጠበቅን ከሆነ፣ ዛሬ እየዘራን፣ እያረምን፣ እየኮተኮትን ብንቆይ ይበጀናል። ለጌታ ቀን እየተዘጋጀን፣ ጌታን ልናገለግል እየጠበቅን ከሆንን ዛሬ መፀለይ፣ ቃሉን ማጥናት፣ መትጋት ያስፈልገናል። ካለዛ በድንገት ይመጣና የጦር እቃችንን ሁሉ አስቀምጠን፣ እንገታችንን ለጠላት ሰጥተን ያገኘናል። ያን ጊዜ እድል ፈንታችን ከሰልፉ መሰናበት ብቻ ነው። የዛሬና የነገ ኑሮአችን በተጠንቀቅና በመጠባበቅ ካልሆነ ልባችን ለመዋጋት መፈለጉ፣ ድልን ማሰባችን ብቻ ምንም አይበጀንም።

የሰው ብዛት ለእግዚአብሔር ምኑም አይደለም። በዙርያችን ስናይ ሁሉም እንደኛው መኖሩ ሊያዝናናንና ሊያጽናናን አይገባም። በጌታ ቀን ካልተዘጋጀን ሁላችንንም ትቶን ያልፋል። «ይሄ ሁሉ ሰው ተሳስቶ ሊሆን አይችልም...» እያልን የሌሎችን አማኞች አኗኗር እያየን እየተጽናናን በሕይወታችን ለውጥ የማናመጣ፣ የማናድግ ከሆነ፤ ምናልባትም እኮ እነዝያ የጌዴዎን ጦረኞች ሊሆኑ የነበሩት ዘጠኝ ሺህ ሰባት መቶ ሰዎችም በዙርያቸው ሲያዩ ሁሉም አጎንብሶ፣ በግምባሩ ተደፍቶ የሚጠጣ ስለሆነ «መቸም ይኸ ሁሉ ሰው ሊሳሳት አይችልም፤ ስለዚህ የኔም ትክክል መሆን አለበት...» ብለው ይሆናል በምላሳቸው መጠጣት

የቀጠሉት። ሦስት መቶው ግን በዚያ ሁሉ ሺህ ሰው መኻል ጥቂት ስለሆኑ ለሁሉም አይታዩም። ቢታዩም ጥቂቶች ናቸውና እንደውም እንደጉድ ሳይታዩ አይቀሩም - እንደ ስህተተኛ። ቁጥሩን ብንመለከት እንኳ በእጃቸው የጠጡት ከመቶ ሦስቱ እጅ ብቻ ናቸው። ዛሬ በዙርያችን እጅግ በዝተው ከሚታዩ ግን ከማይመስሉን ሰዎች መካከል እየኖርን ይሆናል። ከብዙዎች አንድ አይነቶች መኻል ተለይተን ልንታይ ብንችልም፤ ነገር ግን ባመንንበት ፀንተን፣ በተረዳንበት አሻፈረኝ ብለን ቆመን፣ በተጠንቀቅ ለመኖር የምንደፍር ስንቶች ነን?

እነሆኝ ፤

አቤቱ አይኖቼን ባንተ ላይ ብቻ አደርጋለሁ። በቃልህ ለተጻፈው፣ በመንፈሴም ለገለጥክልኝ መረዳት ብቻ እታዘዛለሁ። አሁንም በዙርያዬ ያለውን ተመልክቼ ቀመር ላውጣ ብል፤ 97 በመቶው ማውራት የሚችል፤ 3 በመቶው ደግሞ ባመነበት ለመኖር የተዘጋጀ ይመስላል። አንተ እንደሆንክ ጌታ ሆይ፤ ለአላማህ እንጂ ለሰው ቁጥር ግድ አይልህም። ስለዚህ በዙርያዬ የማይመስሉኝ ሰዎች መብዛት የድሉን እይታ ሊያጨልምብኝ አይገባም። መርዶክዮስ ለአስቴር «መዳን ለእስራኤል ከሌላ ስፍራ ይሆናል...» እንዳላት፤ በለዓምም አልሰማ ሲል አህያው አፍ አውጥቶ እንደተናገረ፤... የአላማህ መፈጸም እንጂ የሰው ብዛት ጋጋታ አምላኬ ምንህም ስላይደለ ባመንኩበት ጸንቼ ለበራልኝ ብርሃን ታዝዤ ቆሜ ብገኝ ለእኔ ይበጀኛል! አሜን።

እምነት የማስታወስ ችሎታ ነው!

...ከአባቴ ቤት ከተወለድኩበትም ምድር ያወጣኝ «ይህችንም ምድር እሰጥሃለሁ» ብሎ የነገረኝና የማለልኝ የሰማይ አምላክ እግዚአብሄር እርሱ መልዐክን በፊትህ ይሰዳል...
ዘፍጥረት 24፤6

አብርሃም ለዛሬ ተግባሩ መመርያ የሚሆነው፤ ለዛሬ ውሳኔው መሠረት የሚሆነው ነገር ትናንትና እግዚአብሔር የተናገረው፤ ነገር ግን ገና በሙሉ ያልተፈጸመው ቃል ነው። አንድ እርምጃ ከመራመዱ በፊት እራሱን የሚጠይቀው ጥያቄ «ዛሬ ባለሁበት ሥፍራ የደረስኩት ትናንትና እግዚአብሔር ምን ተናግሮኝ ነው?» እያለ ይመስለኛል።

ዳዊት ጎልያድን ሊገጥም ሲወጣ እያሰበ የነበረው ይህንኑ ሳይሆን አይቀርም፤ «ያን ጊዜ የአባቴን በጎች ስጠብቅ አንበሳና ድብን የመታሁት እንዴት ነበር?» የዛሬን ውሳኔ ለመወሰን፣ አንዳንዴም እጅግ ከባድ የሚመስለንን እርምጃ ለመውሰድ እኛም መጠየቅ ያለብን ጥያቄ ይኸው ነው፤ «ቀድሞ የት ነበርሁ? አሁንስ የት አለሁ? እንዴት እዚህ ደረስሁ?» ሁኔታው ቢለያይም እምነቱ የሚቆምበት መሠረት ግን ሁልጊዜም አንድ ነው። ይኸውም እግዚአብሔር ትናንት ሠርቶ ያየነው ሥራ፣ ተናግሮም የሰማነው ቃል ነው።

ንጉሡ ዳዊት እርሱ የማያስታውሰውን እምነት ለመለማመድ አጋጣሚ ቀርቦለት ነበር። ሳዖል የጦር ልብሱን ሊያለብሰው ፈለገ፣ ዳዊት ግን በጦር ልብስ ጠላቱን (አንበሳና ድብ) ሲያሸንፍ አያስታውስም። በጋሻና ጦር ተዋግቶ አያውቅም። ስለዚህ አልተመቸውም። አልፈለገውም። የሚያስታውሰው የአምላኩን ስም ጠርቶ ድንጋዩን ሲወነጭፍ ነው። ስለዚህ ከንጉሡ የከበረ የጦር ልብስ ይልቅ የራሱን ወንጭፍና ጠጠር መረጠ።[1]

ከእግዚአብሔር ጋር ወደሚቀጥለው ደረጃ ለመድረስ ቁልፉ ያለው የመታሰብያ መዝገባችን ውስጥ ነው። ወደ እግዚአብሔር ለመድረስ የምንቆምበት ድንጋይ ስሙ «ትናንትና ያደረገው» የሚባል ነው። እዚያ ላይ ተደላድለን ስንቆም ዛሬና ነገን አጥርተን ለማየት እንችላለን።

[1] 1ኛ ሳሙኤል 17፤38-40

እነሆኝ ፤

አምላኬ፤ ትናንት ያደረግኸውን ለማስታወስ የሚያስፈልገኝ ነገር ዛሬ ያለሁበትን መመልከት ብቻ ነው። እንዴት መጣሁ? አንተን ለመጠበቅም፤ ካንተ ለመቀበልም፤ ውሳኔዎቼን ለመወሰንም ያለኝ መሠረት ትናንት የታመንኩበት ክንድህ ነው። እንዳልረሳው እርዳኝ። በሕይወት የሚያኖረኝ እምነቴ ብቻ ነውና! አሜን።

መሥፈርቱ የተለየ ነው!

...ጴጥሮስም ከታንኳይቱ ወርዶ ወደ ኢየሱስ ሊደርስ በውሃው ላይ ሄደ። ነገር ግን የንፋሱን ኃይል አይቶ ፈራ። ሊሰጥም በጀመረ ጊዜ «ጌታ ሆይ አድነኝ» ብሎ ጮኸ። ወዲያው ኢየሱስ እጁን ዘርግቶ ያዘውና «አንተ እምነት የጎደለህ ስለምን ተጠራጠርህ?» አለው።
ማቴዎስ 14፤29-31

በዚህ ሥፍራ መገሰፅ ያለበት ማንነው? እጃቸውን አጣምረው፣ በፍርሃት፣ ካለእምነት በታንኳው የተደበቁት ደቀመዛሙርት? ወይስ በእምነትና በድፍረት ወደ ኢየሱስ የተራመደው ጴጥሮስ? በማዕበሉ የተጨነቁት ወይስ በማዕበሉ ላይ የተራመደው? ኢየሱስ ግን የገሰፀው ተቀምጠው የቀሩትን ሳይሆን ጥቂትም ቢሆን እምነት የተገኘበትን ጴጥሮስን ነው። ጴጥሮስ በእምነቱ እድገት አግኝቶ ነበርና ወደኋላ እንዲመለስ አልተፈቀደለትም።

አንድ ጊዜ አይኑ የበራለትን ሰው እግዚአብሔር የሚመዝንበት መሥፈርቱ የተለየ ነው። የጌታን ፊት፣ እጁን፣ ሥራውን በአንድ ወቅት አይተህ ከነበረ ለነገ የሚጠበቅብህ ደግሞ የበለጠ አጥርተህ ፊቱን እንድታይ ነው። አንዴ «ጌታዬ ድንቅ ነው!» ብለህ ከወጣህ በኋላ መጠራጠር ብትጀምር ጌታ ባንተ ደስ አይለውም። ስለዚህ ተግሳፁም ከዚያው ጋር ተመጣጣኝ ይሆናል።

> በፊት ምን አይተህ ነበር ታንኳህን ትተህ የወጣኸው? አሁንስ ለምን ልታየው ተሳነህ? በአንድ ወቅት የጌታን ድንቅ ሥራ መስክሬ ስለሱም አመስግኜው ዛሬ ግን «ጌታ ሆይ የት ነህ?» ብለው በእምነቴ ወደ ኋላ መመለስ ነው። ምክንያቱም ዕብራውያን 10፤38 እንደሚል «ጻድቅ በእምነቱ በሕይወት ይኖራልና ወደኋላ ቢያፈገፍግ ደግሞ ነፍሴ በእርሱ ደስ አይላትም።»

እነሆኝ ፤

ጌታ ሆይ፤ ዛሬም አይኔን ባንተ ላይ አደርጋለሁ - ትናንትና ያየሁት ክብርህና ማንነትህ ለዛሬም ለብርታቴ ምክንያት እንዲሆነኝ። አይኔ ግን ከአንተ ላይ በተነሳ ጊዜ «ሰው ብቻ» እሆናለሁና፤ ማንም ሰው በሚጨነቅበት ልጨነቅ እጀምራለሁ፣ «የዚህ ዓለም ሃሳብ» ሊያንቀኝ ይጀምራል። አቤቱ በሰማይ የምትኖር ሆይ፤ አይኖቼን ወዳንተ አነሳለሁ!! (መዝሙር 123፤1)
አሜን።

ስጡት ይቀበላል - ይገባዋልና!

...ማርያምም ዋጋው እጅግ የከበረ የጥሩ ናርዶስ ሽቱ ወስዳ የኢየሱስን እግር ቀባች ፤ በጠጉሯም እግሩን አበሰች ፤ ቤቱም ከናርዶስ ሽቱ ሞላ። ኢየሱስም «...ተውአት...» አለ።
ዮሐንስ 12፤1-8

ሰሞኑን የልደትን በኣል በተመለከተ በቴሌቢዥን የሚቀርቡ ማስታወቅያዎች ብዙ ናቸው። አንዱ ሳስበው የከረምኩት ማስታወቅያ «ሁሉም ላለው ምን ይሰጣል?» የሚለውን ነበር። የሚያስፈልገው ነገር ሁሉ ላለው፣ ያሻውን ሁሉ ገንዘቡን ከፍሎ ሊገዛ ለሚችል፣ ለሞላው ሰው የሚያስደስተው ምን አይነት ስጦታ ነው? እንዲህ ላለው ሰው ደፍሮ ስጦታ የሚሰጥ በስጦታው የሚገልጸው የራሱን (የሰጪውን) ማንነት ነው - እንዲህ ሁሉ ያለውን ተቀባይ ገንዘብ አይመዝነውምና።

በመዝገባችን ዋጋው እጅግ የከበረ ነገር ያለን ምንድን ነው? በማርቆስ 12፤41-44 ላይ ያቺ ድሃ መበለት «...ከጉድለቷ፣ የነበራትን ሁሉ፣ ትዳርዋን ሁሉ...» መጣልዋን እያወቀ ኢየሱስ ግን አወደሳት እንጂ «ሃሳብሽ እጅግ የሚመሰገን ነው፤ ቢሆንም ለቤትሽ ይሁንልሽ። ያለሽን ሁሉ አትጨርሺው...» ብሎ አልከለከላትም። ማርያምም ብዙ ብር የሚያወጣውን ሽቱ በእግሩ ላይ ስታፈሰው «...ተውአት...» ነው የተባለችው። ንጉሥ ዳዊት በእግዚአብሔር ፊት በሙሉ ኃይሉ (ምናልባትም ለብዙዎቻችን ቁጥቦች «የበዛ» በሚመስል ሁኔታ) ሲዘልል ለእግዚአብሔር ግን በፍፁም አልበዛም። እንዲያውም እግዚአብሔር በዳዊት ዝላይ መክበሩን ሲገልጽ የናቀችውን ሚስቱን ሜልኮልን እንደናቃት፤ እስከትሞትም ድረስ ልጅ እንደነሳት ይናገራል። (2ኛ ሳሙኤል 6፣23)

ሰው ያለውን ሁሉ አራግፎ ለእግዚአብሔር ሲሰጥ የእግዚአብሔር መልስ ደግሞ መቀበል ነው። ሰማይ፣ ከሰማይም በላይ ያለው ሰማይ ሊይዘው አይችልምና፤ ትልቅነትና ገናንነቱን ማንነቱን እርሱ ያውቃልና፤ እራሱን ሊክድ አይችልምና፤ የሆንነው፣ ያለን፣ ያከበርነው ሁ....ሉ ለእግዚአብሔር ይገባዋል። የሚበዛበት አንዳች የለም፣ እንደውም ያን ስበታል።

የዚህን የባለጠጋ፣ የልዑል እግዚአብሔርን ማንነት ያልተረዳው ተመልካች ሰው ግን ለእንዲህ ያለው ስጦታ መልሱ፤ «ትንሽ አልበዛም? ....አልተንዛዛም? በልክ ቢሆንስ?» ነው። ሰጪውን ማሸማቀቅ፣ ለጋሱን እጁን

ለማስሰብሰብ፣ ለማስቆጠብ መሞከር ነው። በማደርያው ዘልቆ እርሱን ይሸተተው እንጂ ሽቶዬንም እሰብርለታለሁ፤ እርሱ ይመልከተኝ እንጂ በፊቱም እዘላለሁ፣ እርሱም ይቀበለኝ እንጂ ነፍሴንም በፊቱ አፈሳለሁ!

እነሆኝ ፤

ምድርና ሞላዋ ሁሉ፤ አጽናፈ ዓለሙም ያንተ የሆነ አምላክ «ልክህ» ምን ያህል ነው? ያለኝ ሁሉ፤ የሆንኩት ሁሉ....አይበዛብህም፤ እንደውም አንተን በሙላት እንኳን አይገልጽህም። አንተ ደግሞ ትቀበላለህ - ይገባሃልና! አሜን።

አዳቢው የሙሽራው ልብ የለውም!

ጌታን ያጅቡት የነበሩት ደቀመዛሙርት በጌታ የመፈወስና የማጽናናት ተግባር ውስጥ የነበራቸውን ድርሻ ስመለከት አደነቃለሁ። እንዴት አብረው እየተጉና ፣ ሁሉን እያጫወታቸው ፤ እነርሱ ግን ፈጽመው በተለየ ሞገድ ላይ ሊኖሩ ይችላሉ?

አሥራ ሁለት ዓመት ደም ይፈስሳት የነበረችው ሴት በሉቃስ 8፤43-48 ላይ በድንቅ ሁኔታ ስትፈወስ ነገሩ ለደቀመዛሙርቱ «የሚጋፋና የሚያጨናንቁ የሕዝብ ብዛት» ብቻ መስሎ ነበር የሚታያቸው። እነዚህ ሰዎች ምናልባትም እንዴት አድርገው ከዚህ ግፍያ እንደሚወጡ ማውጠንጠን ሳይሆን አይቀርም በዚህ ጊዜ በልባቸው ያለው ሃሳብ።

ኢየሱስ ግን በየደቂቃውና በየሰኮንዱ መንፈሱ ለአባቱ ሥራ የነቃና የተዘጋጀ ነውና የእያንዳንዱ ሰው ግፍያ እንኳን ለእርሱ ትርጉም አለው። ልዩነቱንም ያውቃል። ጆሮው፣ አይኑ፣ ሕዋሳቱ፣ መንፈሱ ሁሉ መልዕክት ለመቀበል ዘወትር ዝግጁ ናቸው።

በምድረ-በዳ ብዙ ሺህ ሕዝብ ኢየሱስ ሲያስተምር፣ ቀኑ መሽቶ የሚበላ ባነሰበት ጊዜ (ሉቃስ 9፤12-17) ለጌታ የተአምራት መግለጫ አጋጣሚ ነው፤ ለደቀመዛሙርቱ ግን መወገድ ያለበት ችግር። እንዲያውም ለኢየሱስ ልቡን የሚያነቃቃ፣ የአባቱን ክብር መግለጫ ሌላ አጋጣሚ ነውና ልቡ በደስታ መምታት የጀመረ ይመስለኛል። ወዳጆቹ ደቀመዛሙርት ግን ጭራሽ «...አሰናብታቸው...» አሉት።

አብረውት ሲወጡና ሲገቡ ከርመው፣ ዘወትር በእጁ አዲስ ተአምር ይዞ እንደሚዞር እያወቁ ሰዓቱ ሲደርስ ግን ልባቸው አልፎ ሄዷል፤ ቶሎ ማምለጥ፣ ቶሎ መገላገል ነው የሚፈልጉት። ልባቸው ፈጽሞ በዚያ የለም። ኢየሱስ ግን ስሙ ይባረክ - አላማውንና የመጣበትን ጉዳይ አይረሳምና ዘወትር ልቡ በሚያስፈልግበት ሥፍራ ላይ ነው።

በርጠሜዎስ «የዳዊት ልጅ ማረኝ» እያለ ሲጮህ (ማርቆስ 10፤46-52) አጃቢዎቹ ግን ድምጹ ረብሿቸዋልና ጭራሽ ገሠጹት ነው የሚለው፤ ዝም በል አሉት፤ አንተ ለማደኛ፣ እባክህ አትረብሽ ነው ነገሩ። ኢየሱስ ግን መንገዱን አቋርጦ ቆመና አዳመጠ፣ ጠየቀ፣ ፈወሰውም። የአጃቢዎቹና የጌታ ልብ - አሁንም ሰማይና ምድር።

በዚህ ሁሉ ግን ጉዳዩ በትክክል የተገለጠላቸው በሽተኞቹ (ባለጉዳዮቹ) እና ኢየሱስ ብቻ ናቸው። «ሰው የቤቱን ሃብት ሁሉ ስለፍቅር ቢሰጥ ፈጽሞ ይንቁታል» (መኃልየ መኃልይ 8፤7) ከሰጪና ከተቀባይ በቀር ግን የልብ ቋንቋና የስጦታው ክብር የሚገባው የለም።

እነሆኝ ፤

አምላኬ በቤትህ ዙርያ ብዙ አጃቢዎች አሉህ። ሁሉም የሚያውቁህ ይመስላሉ ሲወጡና ሲገቡ። አንዳንዴም ሳያቸው ለኔም የሚያስፈልገኝን በሙሉ የተረዱልኝ ይመስላል። በእኔና በአንተ መካከል ያለው ቋንቋ ግን እነሱን ምንም አይገባቸውም። በልቤ የበራውን እውነትህን ከእኔና ካንተ በቀር ማንም አይረዳውምና አቤቱ አጃቢዎችህን፣ በዙርያህ ቆመው የሚያዳክሙትን ተመልክቼ ወደኋላ እንዳልመለስ አበርታኝ! አሜን።

ማስተዋልን ስጠኝ!

የሚዘምተው ሁሉ ለጦር ያስከተተውን ደስ ያሰኝ ዘንድ ትዳር በሚገኝበት ንግድ እራሱን አያጠላልፍም። ደግሞም በጨዋታ የሚታገል ማንም ቢሆን እንደሚገባ አድርጎ ባይታገል የድሉን አክሊል አያገኝም። የሚደክመው ገበሬ ፍሬውን ከሚበሉት የመጀመርያ እንዲሆን ይገባዋል። የምለውን ተመልከት። ጌታም በነገር ሁሉ ማስተዋልን ይስጥህ።
2ኛ ጢሞትዮስ 2፤4-7

ይህ ክፍል የሚያሳየኝ እንደ ኢየሱስ ክርስቶስ በጎ ወታደር ለመሆን ሊመለሱልኝ የሚያስፈልጉትን ሦስት የሕይወት ጥያቄዎች ነው።

አንደኛ፤ በምን ምክንያት? ወታደር ለጦር ሲከትት፣ የጦርነቱን ዓላማ፣ ጠቡን ማን እንደጀመረ፣ ውጊያው እስከመቼ እን ደሚቀጥል፣ ...ይህን ሁሉ ተረድቶ አይወጣም። ከመሪዎቹ የሚነገረው፣ አንድ የሚያውቀው ነገር አለ። ይኸውም - የጦር አዛዡ ማን እንደሆነ፣ በየት ሥፍራ እና በስንት ሰዓት መገኘት እንዳለበት፣ ማንን ወክሎ ማንን እንደሚወጋ ነው። ይህንን ከሰማ የሚያስፈልገው ይኸው ብቻ ነው። ከዚህ በኋላ የዘማቹ ድርሻ መዝመት ብቻ ነው። እንደስንቅ ይዞ የሚወጣው የሰማውን ትዕዛዝ ነው። የወጣው ደግሞ በዓላማ ነውና በየጣብያው እየቆመ ጊዜውን ለሌላ ዓላማ፣ ትዳር በሚገኝበት ሁሉ አይሰጥም። የሚዋጋበትም ምክንያት ለጦር ያስከተተውን ዓላማ ለመፈፀም ስለሆነ ሌላም ጦርነት አይዋጋም።

ሁለተኛ፤ እንዴት? ለጨዋታ የሚታገለው ደግሞ ትግሉ የሚጀምረው በጨዋታው ቀን እንዳልሆነ ያውቃል። የድሉን አክሊል ለማግኘት ከአመታትና ከወራት በፊት እንደሚገባ አድርጎ መዘጋጀት አለበት። ራሱን ማዘጋጀት፣ በታማኝነት ራሱን ማስለመድ አለበት።

ሦስተኛ፤ ከዛስ? መዝራት እራሱ እኮ የእምነት ተግባር ነው። ገበሬው ያለውን ወደ መሬት ወርውሮ ባዶ እጁን ጠራርጎ ወደ ቤቱ ይመለሳል። በየጊዜው እየመጣም ይኮተኩተዋል፣ ውሃም ያጠጣዋል። ገና ግን የሚያየው ምንም ነገር የለም። አረም ይነቅላል፣ ይደክማል፣ እጁ ግን አሁንም ባዶ ነው። ከብዙ ትግልና ድካም በኋላ ግን ገበሬው ያገኘውን መከር መጀመርያ የሚቀምሰው እሱና ቤተሰቦቹ ናቸው። የልፋቱ ውጤት ፍሬውን ከሁሉ ቀድሞ በመብላት የሚያገኘው እርካታ ነው።

በዚህ ክፍል ውስጥ የሕይወት ጥያቄዎች ሁሉ መልስ ተጠቅልሎ የተቀመጠ ይመስለኛል። ዛሬ በሕይወታችን ያለንበት ሥፍራ የጌታን ድምጽ ስለሰማን፣ ቃሉን ስለአመንን የወጣንበት ሥፍራ ሊሆን ይችላል። ዝርዝር የተነገረን የምናውቀው ነገር ግን የለም ይሆናል። ጉዞውን የምንጓዘው ዕለት ዕለት በመትጋት ነው። በመጽናት። ከዚህ ሁሉ በኋላ ግን ያ የታመንንለት፣ በባዶ እጅ የጠበቅነውን ፍሬ ለሌሎች የሚተርፍና ሕይወት የሚሰጥ ሆኖ በመጀመርያ የምናየው እኛ ነን። በኋላም የዘላለም እረፍትና ደስታ!

እነሆኝ ፤

ጌታዬ ኢየሱስ ክርስቶስ፤ እንዳንተ በጎ ወታደር ለመሆን፣ በተጠንቀቅ - በመጀመርያ የጠራኸኝን ያንተን ትዕዛዝ ብቻ ለመፈጸም በመትጋት - ወደፊት የምዘጋጅለትን ሽልማት በማሰብና እራሴን ዛሬ በማስለመድ፤ በጉጉት - ዛሬ በእምነት የምዘራው ለነገ የማፍራት ዋስትና እንዳለው በማሰብ መኖር ያስፈልገኛል። ጌታ ሆይ፤ በነገር ሁሉ ማስተዋልን ስጠኝ! አሜን።

ጠላት ተመልሶ ሲመጣ የተመረጡትን ይዞ ነው!

«...እንዳይገዛልን እስራኤልን የለቀቅነው ምን አድርገናል?» አሉ። ...ስድስት መቶ የተመረጡ ሰረገሎችንም የግብጽን ም ፈረሶች ሁሉ ፤ በእያንዳንዱም ሠረገላ ሁሉ ላይ ሦስተኞችን ወሰደ።
ዘጸአት 14፤5-13

ጠላት የሠረቀውን የእግዚአብሔርን ንብረት ሲመልስ ምን ጊዜም ወዶ አይደለም። ወይ ተምታትቶበት ነው እግዚአብሔር ሃሳቡን ደበላልቆበት[1]፤ ካለዚያም በውጊያ ተሸንፎ ነው።

ትንፋሹ ሲመለስ ግን፣ ከወደቀበት ሲነሣ፣ ተመልሶ ይመጣል - እንደቀድሞ ባርያ ሊያደርግ። ገናም ስላልገባው በኃይልና በብርታት አለመሆኑ ሁለተኛ ሲመለስ እጥፍ ድርብ ሠራዊት ጨምሮ ነው - ያጣውን ሁሉ ሌላም ጨምሮ ለመውሰድ ስለሚፈልግ።

በቅርቡ ጌታ በሕይወታችሁ ድል ሰጥቷችሁ ከሆነ በሚመጡት ቀናት በሚገጥማችሁ ሰልፍ አትደናገጡ። «... በፊቴ ገበታን አዘጋጀህልኝ፤ በጠላቶቼ ፊት ለፊት ራሴን በዘይት ቀባህ...» (መዝሙረ-ዳዊት 23፣5)

አንድ ሰው ሲናገር «ጠላት ፉከራ ሲያበዛ ጌታ ደግሷል ማለት ነው እላለሁ» ያለውን ሁልጊዜ አስታውሳለሁ። ሰልፉ እየከፋ ስልቱም እየረቀቀ ሲመጣ - አንደኛ፤ ቀደም ሲል አንተና ጌታ በጠላት ላይ ድል ተቀዳጅታችሁ ነበር ማለት ነው። ሁለተኛ ደግሞ፤ በፊትህ ለጠላት የከፋ ሽንፈት ላንተ ደግሞ ልዩ ድግስ ጌታ አዘጋጅቷልና በርታ! ባሕሩም እንደ ኤርትራ ባሕር ሊሸሽ፤ ምድርም ተከፍታ ጠላትን ልትውጥ የፈጣሪያቸውን ትዕዛዝ እየጠበቁ በተጠንቀቅ ናቸው።

ቁምና የእግዚአብሔርን ማዳን ተመልከት!

እነሆኝ ፤

የጦርና የፍንዳታ ድምጽ፣ የደማሚት ጩኸት የድልን ድምጽ ይሸፍናል። በዚያን ጊዜ ለማሰብ የምችለው አንድ ሃሳብ ብቻ ነው - ሁሉ አብቅቶ ብቻ እኔ በሕይወት ተርፌ! ጌታ ሆይ፤ ስለእኔ የምትዋጋ አንተ ነህና ዝም ብዬ ያንተን ማዳን የምጠብቅበትን ፀጋ አብዛልኝ። ያን ጊዜ የድልን ድምጽ በውስጤ ለመስማት ይቻለኛል! አሜን።

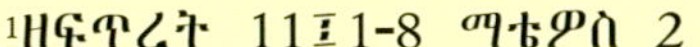

[1]ዘፍጥረት 11፤1-8 ማቴዎስ 2

ለምን ትጮህበታለህ?

... **ለምን ትጮህብኛለህ? እንዲጓዙ ለእሥራኤል ልጆች ንገር። አንተም በትርህን አንሣ ፣ እጅህንም በባሕሩ ላይ ዘርጋ ፣ ክፈለውም** ...
ዘፀአት 14፣14

ሙሴ ከቁጥር 10 - 13 ባለው ክፍል ውስጥ ቆሞ የእሥራኤልን ህዝብ በቃሉ ብቻ ያበረታታ ነበረ። በቃሉ ተናገረ እን ጂ ምንም ሥራ ሊሠራ የተዘጋጀ አይመስልም። ሕዝቡን «ዝም ብላችሁ ታያላችሁ» ብሎ እርሱም ዝም ብሎ ለማየት የተዘጋጀ ይመስላል።

እግዚአብሔርም ለዚህ ይመስላል - «ለምን ትጮህብኛለህ?» ያለው፤ ተግባርህን ትተህ ቆመህ ለምን ታወራለህ ለማለት። ምናልባት ሙሴ በዚህ ሰዓት አፉ ይናገራል እንጂ ልቡ ግን ፈርቶ «አሁን እንዴት ነው ከዚህ ጉድ የሚያወጣን...?» እያለ ይሆናል። ቁልፉ ግን በእጁ ነበረ። መድኃኒቱ ግን አሁንም በመሪው በሙሴ እጅ ነው ያለው። እርግጥ ነው እግዚአብሔር ያድናል፤ በትሩ ግን ያለው በሙሴ እጅ ነው።

ስለዚህ የሚያስፈሩ ቀናት ሲቀርቡ ቀድሞ አምላኩ ባስታጠቀው መሣርያ በበትሩ ሥራውን መቀጠል የመሪው ኃላፊነት ነው። አንዳንዴ ፀሎታችን በእግዚአብሔር ጆሮ የሚሰማው እንደ ፍሬ ቢስ ጩኸት ነው።

> ደቀመዛሙርቱ በጀልባ ሳሉ ማዕበል ባስፈራራቸው ጊዜ በጩኸት ጌታ ኢየሱስን ቀሰቀሱት። ኢየሱስ ግን ስለፀሎታቸው አላመሰገናቸውም፤ ጭራሹን ገሠፃቸው እንጂ። «እምነት የጎደላችሁ» ተባሉ።

> መሪ ሆይ፤ እስከዛሬ እግዚአብሔር በአገልግሎትህ ሲያሳድግህ ያስተማረህ እውነት፣ ያስጨበጠህ በትር አለ። ፈተና በቀረበ ጊዜ ታድያ ተደፍተህ «እግዚኦ!» ብቻ ከምትል በትርህን አንሣና ተጠቀምበት።

ማለቃቀሱን ቀነስ አድርገህ እስከዛሬ ያየኸውንና የተማርከው ሁሉ ለዚህ ጊዜ የሚሆን ነውና የአባትህን ተግባር ቀጥል።

እነሆኝ ፤

በትሬ ሁልጊዜም ከእኔ ጋር ስላለ እንዲህ ያለ ድል በዚች በተራ በትር ይገኛል ብዬ ለማሰብ አንዳንዴ ይቸግረኛል። አንተ ግን አምላኬ ሆይ፣ በእኔ በኩል ልትሠራ የምትችለው በእጄ በሰጠኸኝ መሣርያ ብቻ ነውና በእጄ የጨበጥኩትን በትር አንስቼ እንድዋጋበት እርዳኝ። ፀሎትን ከተግባር ለመደበቅያ አድርጌ እንዳልጠቀምበት እርዳኝ። እርግጥ ነው የሰማይ አምላክ ታከናውናለህ - እኔም ባርያህ ተነስቼ እሠራለሁ! አሜን።

የሕመም ቀን - የፈውስም ቀን!

... **ሊገርዙት ስምንት ቀን በሞላ ጊዜ በማሕፀን ሳይገረዝ በመልዐኩ እንደተባለው ኢየሱስ ተብሎ ተጠራ።**
ሉቃስ 2፤21

ከድንግል ማርያም የተወለደው ሕፃን ከተወለደ በስምንተኛው ቀን የሕመሙ ቀን ነበር። ይህ ቀን ግን መልዐኩ ገብርኤል ለድንግሊቱ የተናገረው ትንቢት ሊፈጸም፣ መልክ ሊይዝ የጀመረበት ቀን ነው - ልክ መልዐኩ እንደተናገረው።

መጥምቁ ዮሐንስንም በስምንተኛው ቀን ሊገርዙት ሲመጡ ለእርሱ ምናልባትም የመጀመርያው የመረረ ሕመም የሚለማመድበት ቀን ነበር። በዚያች ቀን ግን ሌሎች ሁለት ነገሮች ሆነዋል - ዘካርያስ እምነቱን በቃሉ (የዮሐንስን ስም ለሁሉም በመመስከር) የሚያጸናበትና ዲዳነቱ የተፈወሰበት ቀን ነበረ። ሕፃኑ ዮሐንስ ደግሞ ታሪኩ የጀመረው በዚያ ቀን ነው። ከሰማይ የወጣለትን ስም ያገኘበት ቀን። በዚህ ከሽማግሌ እናትና አባት በተወለደ ሕፃን የእግዚአብሔር ሃሳብ አቅጣጫ የያዘበት ቀን ነበረ።

እነዚህ ሕፃናት (ዮሐንስ እና ኢየሱስ) በዚያ ሰሞን ምናልባት መናገር ቢችሉ እና ቢጠየቁ ለረጅም ጊዜ የሚያስታውሱት ነገር ሕመማቸውን ብቻ ይሆናል። አንድ ድንቅና ሰማያዊ ነገር ግን በነዚህ የእግዚአብሔር ምርጦች ሕይወት ተጀምሯል። አንድ ነገር አስተውሉ፤ ማርያምና ኤልሳቤጥ እስከዚያ ቀን ድረስ የእግዚአብሔር ሃሳብ በሕይወታቸው እየተፈፀመ ቢሆንም ... እስከዚያች ቀን ድረስ ግን የነሱ ተሳትፎ በምንም መልኩ አላስፈለገም ነበር። ሕፃን በማሕፀናቸው ሲፈጠርና ሲያድግ፣ ጊዜው ሲደርስና ሲወለድም እነርሱ የእግዚአብሔርን ተዐምር ተመልካቾች ብቻ ነበሩ።

በዚያ ስም በሚወጣበት ቀን ግን የነሱ ተሳትፎ አስፈልጓል። እንደበታቸው እስከዛሬ የተሸከሙትን ነገር አውጥቶ መመስከር አለበት ዛሬ። በሰውነታቸው ያረገዙት ያለነሱ እርዳታ ተወለደ፤ በመንፈስ የተረገዘው

ግን ዛሬ በእንደበታቸው ሊታወጅ ይጀምራል። በሆዳቸው ሰውረው ያሳደጉትን ተፀምር ዛሬ ዓለሙ ሊሰማው ነው።

ለሁለቱ ሕፃናት የሕምም ቀን ነው - ለኤልሳቤጥና ለዘካርያስ፤ ለማርያምና ለዮሴፍ ግን የፈውስ መጀመርያ ቀን። ለዓለም መድኃኒት ለኢየሱስ እና የጌታ መንገድ ጠራጊ ለሆነው ለዮሐንስ ምድራዊ ታሪካቸው የጀመረበት ዕለት።

እነሆኝ ፤

ጌታ ሆይ፤ በሕመም ውስጥ ሳልፍ በዚያ ሰሞን የሚሰማኝ ነገር ያው ሕመም ብቻ ነው። እንዴት እኖራለሁ በምልበት ቀን አንተ ግን ፈውሴን እየጀመርህ ነው፤ እየቀደስኸኝ፤ እያዘጋጀኸኝ። በፊቴ ላለው ሥራህ አቤቱ የልቤን አይኖች አብራልኝ - ገና ያልተገለጠውን በፊቴ ግን የሚመጣውን ነገር እንድመለከትና እንድጸና! አሜን።

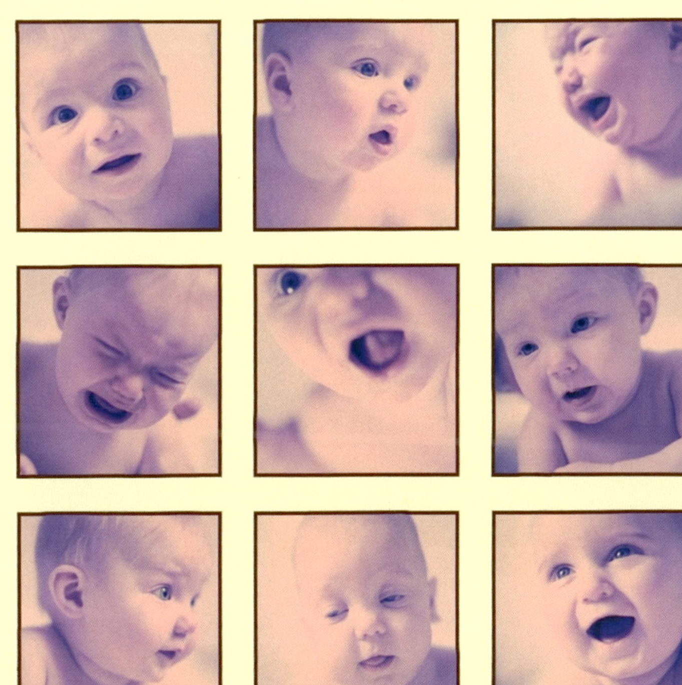

የሚታየው ሁሉ ከሚታየው አይደለም!

«... ስለዚህ የሚታየው ሁሉ ከሚታየው እንዳልሆነ በዚህ እናስተውላለን።»
ዕብራውያን 11፤3
«... የማይታየውን እንጂ የሚታየውን ባንመለከት ጥቂት የሆነው የጊዜው መከራችን የክብርን የዘላለምን ብዛት ከሁሉ መጠን ይልቅ ያደርግልናል። የሚታየው የጊዜው ነውና የማይታየው ግን የዘላለም ነው።»
2ኛ **ቆሮንቶስ** 4፤17-18

አንዳንድ ጊዜ ልንመሰክርላቸው ጌታ የሚያሳስበንን ሰዎች ስንመለከት ሕይወታቸው ከላይ ስናየው እጅግ መልካም ይመስላል፤ ሁሉ የሰመረላቸው፣ ሰላም የሞላቸው፣ ምንም ያልጎደላቸው። ይህ እንግዲህ በዓይናችን ስንመለከት ነው። የኛ ምሪት ግን የሚመጣው ከማይታየው ነው። «...ሂድ ንገረው፣ እፈልገዋለሁ፣...» የሚለን የማይታየው እግዚአብሔር መንፈስ ቅዱስ ነው።

የሚታየው፣ ከማይታየውና የዘላለም ከሆነው የሚመጣውን መልዕክት ሊያጨልምብን አይገባም። ዓለማት የተመሠረቱት ከማይታየው ነው። አፅናፈ-ዓለሙ፣ ሕዋና፣ ጠፈሩ ተዘርግቶ የማየው፣ ዛሬ አይቼም የማልጨርሰው የተመሠረተው ከዚያ የሌለ ከሚመስለው፣ ከማይታየው፣ ከዘላለሙ ከፍጥረታት አምላክ፣ ከዘመናት ንጉሥ ነው።

አንዳንዴ በአይኖቼ የማየውን ነገር ከመጠራጠር ይልቅ የማየውን ነገር ለመከተል ስል በመንፈሴ የማየውን እንዳላየሁ ማለፍ ይቀልለኛል። በጆሮዬ የምሰማው በልቤ ከምሰማው ይልቅ የታመነ ይመስለኛል፤ በእጆቼ የምዳስሰው እምነቴ ከጨበጠው ይልቅ ስብዕና እንዳለው እቆጥራለሁ።

አንድ አለመርሳት ያለብኝ ነገር ግን ዛሬ በአምስቱ ሕዋሳቶቼ የምመለከታቸው ነገሮች ሁሉ እንዱም ሳይቀር ምንጫቸው የማይታየው፣ ነገር ግን በመንፈሴ ብሩህ የሆነው፣ የማይሰማው ግን ድምፁን የልቤ ጆሮ አጥርቶ የሚያውቀው፣ የማይዳሰሰው ነገር ግን በእምነት ጨብጬ አጥብቄ የያዝኩት የዘላለም መንፈስና የፍጥረታት ንጉሥ ነው።

እነሆኝ ፤

አቤቱ የክብር አባት፣ የጌታዬ የኢየሱስ ክርስቶስ አምላክ፣ አንተን በማወቅ የጥበብንና የመገለጥን መንፈስ ስጠኝ። የልቤንም ዓይኖች አብራልኝና ... ከሁሉ የሚበልጥ የኃይልህ ታላቅነት ምን እንዲሆን እንዳውቅ እርዳኝ! አሜን።

እንባችን ዋጋ አለው - እኛ ግን ላናየው እንችላለን!

... **አዋላጂቱም «አትፍሪ ይኸኛው ደግሞ ወንድ ልጅ ይሆንልሻልና» አለቻት። .... ራሔልም ሞተች። ዘፍጥረት** 35፣16-20

ያዕቆብ የሚወዳት ራሔል በዘመኗ ሁሉ ፀሎቷ ለያዕቆብ ወንድ ልጅን መውለድ ነበር። የመጀመርያ ወንድ ልጇን እንኳን ዮሴፍ ብላ የሰየመችው «እግዚአብሔር ሁለተኛ ወንድ ልጅን ይጨምርልኝ» ስትል ነበር።

ሳምሶን የተወለደበት ምክንያት እስራኤልን ከፍልስጤማውያን እጅ ሊያድን ነበር። በሕይወቱ በብዙ መሸነፍ ውስጥ ቢያልፍም ሳምሶን ሕይወቱ ባለፈበት ቀን የእግዚአብሔር ሃሳብ በሕይወቱ የተፈጸመበት ቀን ነበር።

ራሔል እግዚአብሔር ፀሎቷን ሰምቶ ወንድ ልጅን በሰጣት ጊዜ - እርሷ ግን በሥፍራው አልነበረችም - ሞታለችና። ወንድ ልጅ መውለዷን ግን አውቃለች፣ ስምም አውጥታለታለች። ልጇን ለማሳደግ ግን ራሔል በሥፍራው አልነበረችም። ብንያም አድጎ ግን የምርጥ ትውልድ አባት መሆኑን ራሔል አላየችም - ሞታለችና።

ሳምሶንም ታላቅ ግዳይ ጠላቶቹን እንደገደለ ምሰሶው ሲደረመስ ሳይገባው አይቀርም። በሞቱ የገደላቸው ፍልስጤማውያን በሕይወቱ ከገደላቸው እንደበዙ ግን ሳምሶን አላወቀም - ሞቷልና። በሕይወቱ ከአንድ ሺህ በላይ ፍልስጤማውያንን ገድሏል። የተፈጠረለትን ዓላማ ግን ሳምሶን የፈጸመው በሞቱ ነበር።

የሳምሶንና የራሔል ጸሎት መልስ ተካፋዮች የሚቀጥሉት ትውልዶች ነበሩ። የእኛም የእንባችንን ዋጋ ተቀባዮች፣ የጸሎታችንን መልስ ተካፋዮች የመጪው ትውልድ ልጆች ይሆናሉ። እንባችን ግን ካለ ዋጋ ጸሎታችንም ካለ መልስ አይቀርም። ከእፍታው እንቀምሳለን፤ በሩቅም ቢሆን እንሳለመዋለን።

እነሆኝ ፤

የብንያምና የሳምሶን የራሔልም አምላክ፤ የጻድቅ ሰው ጸሎት በሥራዋ እጅግ ሃይል ታደርጋለችና፣ ጸሎትን ሰምተህ በራስህ ጊዜ ትመልሳለህና፣ በጸሎቴ ልትጋ፣ በሥፍራዬም ልገኝ! አሜን።

የዘር ባሕርይ ማደግ ነው - አንተ ብቻ መሬቱን አዘጋጅ!

… **ሌላውም በእሾህ መካከል ወደቀ። እሾሁም አብሮ በቀለና አነቀው። … በእሾህ መካከልም የወደቀ እነዚህ የሚሰሙት ናቸው ፤ መንገዳቸውንም ሄደው በሕይወት ዘመን በሃሳብና በባለጠግነት ምኞት ይታነቃሉ ፤ ሙሉ ፍሬም አያፈሩም።**
ሉቃስ 8 ፤ 4-15

ዘሩ የወደቀው በተለያዩ የመሬት ዓይነቶች ላይ ነው። ከዚህ በኋላ የሚቀጥለው፣ የማስተናገዱ ሁኔታ የየመሬቱ ኃላፊነት ነው። መለወጥ ያለበት መሬቱ ነው እንጂ ዘሩ አይደለም። የዘር ባሕርይ ማደግ ነው። የተዘራበት መሬት ግን ያስተዳደጉን ሁኔታ ይወስናል።

በእሾህ መካከል ከወደቀው ዘር ጋር አብሮት እሾሁም ለተወሰነ ጊዜ በቅሏል። ከዘሩ ጋር፣ ዘሩ የሚበላውን እየበላ፣ ዘሩ የሚጠጣውን እየጠጣ ኖሯል - ወዳጅ መስሎ። አንድ የእድገት ደረጃ ላይ ሲደርስ ግን የእሾህ እውነተኛ ማንነቱ የሚገለጥበት ጊዜ ሆነ። የእሾህ ባሕርዩ ደግሞ ማነቅ ነው፤ ሠርጎ መግባት ክፍት ቦታ በተገኘበት ሁሉ። «በመን ገዳቸውም ሄደው በሕይወት ዘመን …» እሾህ በየቅርንጫፉ፣ በየቅጠሉ፣ በየሥፍራው ገባ። ዘሩ ግን ወደላይም፣ ወደጎን ም ሊወጣ ሥፍራ ጠፋበት።

ዘሩ ለትንሽ ጊዜም ቢሆን ተክል መሆኑ፣ የማደግም ባሕርይ እንዳለው ታይቶ ነበር። ሆኖም ግን ማደግ እስከሚገባው፣ እስከሚችለው፣ እስከተሰጠው ድረስ እንዴት ይደግ? ታንቋል። የእድገት ሥፍራውን፣ የመተን ፈሻ ሥፍራውን አብሮ-አደጉ እሾህ ይዞበታል።

ምናልባት በዚህ ጊዜ ዘሩ እሾሁን ከልጅነቱ አንስቶ ከመልመዱ የተነሳ የእድገቱን እንቅፋት ለማግኘት

ፍለጋ ቢጀምር ወደጠላቱ፣ እሩቅ ወዳለው ወደ ጎረቤቱ ይመለከት ይሆናል። በሁለመናው ተሠግሥጓልና ግን ለዘሩ ከጎኑ ያለው እሾሁ አይታየውም - እጅግ ተለማምደዋልና! አይገርማችሁም? ለዚህ የእግዚአብሔር ዘር እኮ ጠላቱ ሰይጣንም አይደል፣ ሌሎችም አይደሉ፣ ነገር ግን የራሱ ከእርሱ ጋር የኖረው ምኞቱ፣ የመበልፀግ፣ የመትረፍረፍና፣ ሁሉን ካለችግርና ካለጥረት የማግኘት፣ ገነትን በዚች ምድር የመኖር ምኞቱ፣ አንዳንዴም የሚያስቸግረው ስጋቱና ሃሳቡ ናቸው። መሆን የሚገባውን እንዳይሆን ያገደው ይሄ ነው።

ልንሆን የተፈጠርነውን ሁሉ እንዳንሆን የሚያግደን፣ ምናልባትም እጅግ በዝቶ የሚታየን፣ ልናገኘው የምንችል የሚመስለን ነገር ነው። ልንሆን የምንችለውን ብዙ ነገር ስናስብና ስንፈልግ፣ የሆንነውን አንድ ነገር ሳንኖረውና ሙሉ ፍሬ ሳናፈራ ልንቀር እንችላለን።

እነሆኝ ፤

አምላኬ፤ በውስጤ ያስቀመጥከው እንዲያድግና እን ዲያፈራ፣ የተተከለውን ዘር ልንከባከብ። ጌታ ሆይ፣ ያንተ የሆነውን አንድ ነገር ይዤ እርሱን እፍፃሜው ላድርስ! አሜን።

ልብ ካየ አይን አይስትም!

... እርሷም 84 ዓመት ያህል መበለት ሆና በጣም አርጅታ ነበር። በጾምና በጸሎትም ሌሊትና ቀን እያገለገለች ከመቅደስ አትለይም ነበር። በዚያችም ሰዓት ቀርባ እግዚአብሔርን አመሰገነች። የኢየሩሳሌምን ቤዛ ለሚጠባበቁ ሁሉ ስለእርሱ ትናገር ነበር።
ሉቃስ 2፤36-38

ነብይቱ ሐና 84 ዓመት ሙሉ በፊቱ እየተጋች ሕይወቷን ለጌታ ሰጥታ ኖራለች። በእግዚአብሔር ቃል ውስጥ ስለእርሷ የምናገኘው ግን ይኸው ሦስት ዓረፍተ-ነገር ነው። ነገር ግን የዚህ ሁሉ ዘመን ትጋቷ ዋነኛው ክፍል እኒህ ሦስት ቁጥሮች ናቸው። ከፍ ብሎም ስለስምዖን የሚናገሩ አስር ቁጥሮች አሉ። ስምዖንም ግን በእግዚአብሔር ፊት ሲተጋ የኖረ፣ የእግዚአብሔር መንፈስ በእርሱ ላይ የነበረ፣ ጻድቅ ሰው ነበረ።

ለነዚህ ሰዎች እኒህ ጥቂት የሚመስሉ ዓረፍተ-ነገሮች ዋናው የተፈጠሩበት ምክንያቶች ናቸው። ስለድንቁ ስለኢየሱስ በሚተርኩ ምዕራፎች መካከል ሻጥ ስለተደረጉ እንደነገሩ ሊታለፉ የሚችሉ ቁጥሮች ናቸው። ያዘሉት ምስጢር ግን ታላቅ ነው።

ሐና ዘመኗን ሁሉ ስትጠብቀው የኖረችው፣ ዕለት ዕለት የምታስበው፣ የምትጸልይበት ጉዳይ ስለሆነ ይህ የአርባ ቀን ሕፃን (ዘሌዋውያን 12፤6-8) ሲመጣ የኢየሩሳሌም ቤዛ መሆኑ አልተሰወረባትም። ስምዖንም ከዚያ በፊት እርግጠኛ ነኝ አያሌ ሕፃናትን በአርባና በሰማንያ ቀናቸው ተመልክቷል። ነገር ግን በዚያች ቀን (ለሚጠባበቀውና፣ ለኖረበት ምክንያት ሁልጊዜም የስምዖን መንፈስ የነቃ ነውና) እንደተለመደው አንድ ጥቅልል የአርባ ቀን ሕፃን ከእናትና ከአባቱ ጋር በፊቱ ሲመጣ ያኔ አልሳተውም።

ዕለት ዕለት በመንፈሳቸው አርግዘው ተሸክመው ከሚዞሩት ተስፋ የተነሳ አይናቸው የተሰወረን የእግዚአብሔርን ምስጢር ለማየት የተሳለ ስለሆነ፣ ኑሮአቸውም በመንፈስ ነውና፣ ሐና እና ስምዖን ያቺ ቀን አላለፈቻቸውም። የእስራኤል መዳን በፊታቸው ሲገለጥ አልሳቱትም። መድኃኒታቸው አላመለጣቸውም። ሕፃኑን ንጉሥ እግዚአብሔርን አወቁት፣ አምላካቸውን አመሰገኑት፣ መሢሃቸውን በእጃቸው ዳሰሱት።

እስቲ አስቡት፤ እነዚህ አዛውንት ዕለት ዕለት በመቅደስ ይቀመጣሉ፤ በየቀኑ ያንኑ የተለመደ ነገርን ይመለከታሉ። ዛሬም ዋኖሶች፣ ነገም የእርግብ ጫጩቶች ከጥቅልል ሕፃን ልጅ ጋር ይቀበላሉ። ይቺ ዕለት ግን ልዩ ናት። በእርጅናቸው ዘመን ወደ መጨረሻው ግን የነጋችው ይቺ ቀን፣ የወጣችው ይቺ ፀሐይ ልዩ ናት። በዚህ ማለዳ ግን መንፈሳቸው ጸሎት ጸሎት ይለዋል፤ ነብይቱ ሐና ዘምሪ ዘምሪ ይላታል፤ ስምዖን ዛሬ ልቡ ደንገጥ ደንገጥ ይላል፤ መንፈሱ ይዘላል። በዘመናቸውም እንዳስለመዳቸው አምላካቸው አንዳች ነገር ሊሰራ ሲል በመጀመርያ መንፈሳቸው እንዲህ ይዘላል። ውሻ የመሬት መንቀጥቀጥ ከመምጣቱ በፊት፣ ጆሮው የሰው ጆሮ ሊሰማ የማይችለውን የድምጽ እርግብግቢት ሊሰማ ይችላልና ገና በሰላሙ ማልቀስ ይጀምራል ይላሉ። ለሰው ምንም ገና በማይታይበት ወቅት ውሻው ግን የሚመጣው ተሰምቶታልና ሊደነግጥ ይጀምራል። ስምዖንና ሐናም ዛሬ የወጣችው ፀሐይ 84 ዓመት ሙሉ ከወጣችው ፀሐይ የተለየች መሆኗን መንፈሳቸው መስክሮላቸዋል። ስለዚህ ይጠብቃሉ። ምን እንደሚያገኙ፣ ምን እን ደሚጠብቃቸው ግን ገና ግልጽ አይደለም። ነፍሳቸውን ግን የጉጉት ሲቃ ይዟታል። የዛሬዋ ቀን ልዩ ነች!

እውነትም ዛሬ ይኸው የኖሩለት የእግዚአብሔር ተአምር በጨርቅ ተጠቅልሎ፣ አንዲት ሴት ተሸክማው፣ ባሏም ከጎኗ ሆኖ፣ ወደ መቅደስ ገባ! ሕፃኑ ስለተጠቀለለ ገና በዓይን አይታይም፤ እነርሱ ግን አይተውታል - የሚያየው ልብ ነውና። መንፈሳቸው ግን «ይሄ ነው!» ብሏቸዋል።

ነፍሳቸው ዘለለች። አምላካቸውን አከበሩ። የተፈጠርን ለት አላማ ተፈጽሟል፤ ለመሄድ አሁን ተዘጋጀን አሉ። የእስራኤልን ክብር አይናችን አይታለች። እፎይ አሉ - እግዚአብሔር ሆይ እነሆን!

እነሆኝ ፤

ልቤ ያየው ከአይኔ አይሰወርበትምና፣ መንፈሴ የሰማውን ጆሮዬ አይስተውምና፣ አቤቱ መንፈሴ ይሰማህ አይኔም ያይህ ዘንድ እነሆኝ አንቃኝ! አሜን።

Notes

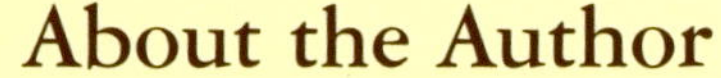

About the Author

Bethelhem grew up in Addis Abeba, Ethiopia with her parents, two sisters, and a brother. As a third year undergraduate Economics major at the Addis Abeba University in Ethiopia, she first came to realize she is a sinner who needed the Savior Jesus Christ and surrendered to Him in 1989.

After moving to the US in 1992, Beth has worked in several national and international organizations as a Project Manager. Beth travels internationally for business and leisure. She has a Masters degree in Project Management and is also a certified Project Management Professional (PMP).

Beth founded Project Nehemiah, Inc., a 501(c)(3) nonprofit ministry whose main mission is the 'rebuilding of the walls' of Ethiopia by Christian professionals - one person at a time.

A first generation immigrant from Ethiopia who has lived in the US for over 13 years, Beth describes herself as a 'saved by grace, sold out, work-in-progress'. She wrote this 31-day devotional for all to 'find solace in solitude with God'.